ಮಾರ್ವಲಸ್ ಮಲೇಷಿಯಾ

A TOURIST GUIDE TO MALAYSIA

ಟಿವಿನ್ನೆಸ್

ISBN 979-888591411-6

*** ಅರ್ಪಣೆ: ***

ಶೃಂಗೇರಿ ಶಾರದೆಗೆ

ಉಡುಪಿಯ ಕೃಷ್ಣನಿಗೆ

ರಾಮಭಂಟ ಹನುಮನಿಗೆ

ನನ್ನ ಅಪ್ಪ - ಅಮ್ಮನಿಗೆ

ಪರಿವಿಡಿಗಳು

ಮುನ್ನುಡಿ

ವಿದೇಶ ಪ್ರವಾಸ ಎಂದೊಡನೆ ಭಾರತೀಯರಿಗೆ ಸಹಜವಾಗಿ ಮೊದಲು ನೆನಪಿಗೆ ಬರುವ ಹೆಸರೇ - ಮಲೇಷಿಯಾ. ಕೇವಲ ಭಾರತವಷ್ಟೇ ಅಲ್ಲದೆ, ಸಿಂಗಾಪುರ್, ಚೀನಾ, ಆಸ್ಟ್ರೇಲಿಯಾ, ನ್ಯೂಜೀಲ್ಯಾಂಡ್, ಫಿಲಿಪ್ಪೈನ್ಸ್, ಹಾಂಗ್ ಕಾಂಗ್, ಇಂಡೋನೇಷ್ಯಾ, ಜಪಾನ್ ಸೇರಿದಂತೆ ಇತರ ದೇಶ ವಾಸಿಗಳಿಗೂ ವಿದೇಶ ಪ್ರವಾಸದ ವಿಷಯಕ್ಕೆ ಬಂದರೆ ಮೊದಲ ಆಯ್ಕೆಯೇ ಮಲೇಷಿಯಾ. ಹಾಗಾದರೆ ವಿದೇಶಿಗರನ್ನು ಸೂಜಿಮೊನೆಯಂತೆ ಆಕರ್ಷಿಸುವ ಶಕ್ತಿ ಮಲೇಷಿಯಾದಲ್ಲಿ ಏನಿದೆ? ಮಲೇಷಿಯಾದಲ್ಲಿ ನೋಡತಕ್ಕ ಸ್ಥಳಗಳು ಯಾವುವು? ಮಲೇಷಿಯಾ ಪ್ರವಾಸಕ್ಕೆ ಎಷ್ಟು ದಿನಗಳು ಸೂಕ್ತ? ಪ್ರವಾಸಿ ಏಜೆಂಟುಗಳ ಮೂಲಕ ಹೋಗುವು ಒಳ್ಳೆಯದೋ? ಅಥವಾ ನೇರವಾಗಿ ನಾವೇ ಹೋಗಬಹುದೋ? ಮಲೇಷಿಯಾದ ಹವಾಮಾನ ಎಂತಹುದು? ಸ್ಥಳೀಯ ಜನರ ಸಂಸ್ಕೃತಿ, ಭಾಷೆ, ಆಹಾರ ಪದ್ಧತಿ ಎಂತಹುದು? ಒಂದು ಬಾರಿ ಮಲೇಷಿಯಾ ಪ್ರವಾಸಕ್ಕೆ ಎಷ್ಟು ಖರ್ಚಾಗಬಹುದು? ಯಾವ ಸಮಯ ಪ್ರಯಾಣಕ್ಕೆ ಸೂಕ್ತ? ಈ ರೀತಿಯ ಹತ್ತು ಹಲವು ಪ್ರಶ್ನೆಗಳು ಉದ್ಭವಿಸುವುದು ಸಹಜ. ಸುಮಾರು ನಾಲ್ಕು ವರ್ಷಗಳಿಗೂ ಹೆಚ್ಚು ಕಾಲ ಮಲೇಷಿಯಾದಲ್ಲಿ ನಾನು ವಾಸವಿದ್ದೇನಾದ್ದರಿಂದ ನನ್ನಲ್ಲಿ ಕೂಡ ಎಷ್ಟೋ ಜನ ಸ್ನೇಹಿತರು ಈ ಪ್ರಶ್ನೆಗಳನ್ನು ಕೇಳಿದ್ದಾರೆ. ಇಂಟರ್ನೆಟ್ ನಲ್ಲಿ ಬೇಕಾದಷ್ಟು ವಿಡಿಯೋಗಳು ಇವೆಯಾದರೂ, ಪೂರ್ತಿ ಮಲೇಷಿಯಾ ಪ್ರವಾಸಕ್ಕೆ ಬೇಕಾದ ಇಡಿಯ ಮಾಹಿತಿ ಒಂದೇ ಕಡೆ ಅದೂ ಕನ್ನಡದಲ್ಲಿ ಸಿಗುವುದು ಕಡಿಮೆ. ಹಾಗಾಗಿ ನಾಲ್ಕು ವರ್ಷದ ನನ್ನ ಮಲೇಷಿಯಾ ವಾಸದ ಅನುಭವವನ್ನು ಸೇರಿಸಿ, ಮಲೇಷಿಯಾ ಪ್ರವಾಸಕ್ಕೆ ಬೇಕಾದ ಸಂಪೂರ್ಣ ಮಾಹಿತಿಯನ್ನು ಈ ಪುಸ್ತಕದಲ್ಲಿ ತುಂಬಿಕೊಡುವ ಪ್ರಾಮಾಣಿಕ ಪ್ರಯತ್ನ ಮಾಡಿದ್ದೇನೆ.

ಮಲೇಷಿಯಾದ ಅರ್ಥವ್ಯವಸ್ಥೆಯಲ್ಲಿ ಪ್ರವಾಸೋದ್ಯಮದ ಪಾಲು ಟಾಪ್ 5 ರ ಒಳಗೆ ಬರುತ್ತದೆ ಎಂದರೆ ಇಲ್ಲಿನ ಪ್ರವಾಸೋದ್ಯಮದ ವಿಸ್ತಾರದ ಅರಿವಾಗುತ್ತದೆ. ಕೊರೋನಾಪೂರ್ವ ಸಮಯದ ಲೆಕ್ಕಾಚಾರ ತೆಗೆದುಕೊಂಡರೆ ಮಲೇಶಿಯಾಕ್ಕೆ ವರ್ಷವೊಂದರಲ್ಲಿ ಭೇಟಿ ನೀಡುವ ವಿದೇಶಿ ಪ್ರವಾಸಿಗರ ಸಂಖ್ಯೆ ಬರೋಬ್ಬರಿ ಸುಮಾರು 2 ರಿಂದ 3 ಕೋಟಿ. ಹೀಗಾಗಿಗೇ ಇದು ಪ್ರವಾಸಿಗರ ಸ್ವರ್ಗವೆನಿಸಿಕೊಂಡಿದೆ. ನನ್ನ ಪತ್ನಿ ಅಕ್ಷಯಾ ರಾವ್, ಮಲೇಷಿಯಾ ಪ್ರವಾಸದ ಬಗ್ಗೆ ರಿಸರ್ಚ್ ಒಂದನ್ನು ಮಾಡಿ, ಒಂದು ಚಿಕ್ಕದಾದ ರಿಪೋರ್ಟ್ ಒಂದನ್ನು ತಯಾರು ಮಾಡಿದ್ದಳು. ಪ್ರವಾಸಿಗರ ಮಾಹಿತಿಗಾಗಿ ಇದರ ನಂತರದ ಭಾಗದಲ್ಲಿ

ಆ ಮಾಹಿತಿಯನ್ನು ಕೂಡ ನೀಡುತ್ತಿದ್ದೇನೆ. ಒಟ್ಟಿನಲ್ಲಿ, ಮಲೇಡಿಯಾ ಪ್ರವಾಸಕ್ಕೆ ಬೇಕಾದ ಸಂಪೂರ್ಣ ಮಾಹಿತಿಯನ್ನು ಒದಗಿಸುವ ಪ್ರಯತ್ನವನ್ನಂತೂ ಮಾಡಿದ್ದೇನೆಂಬ ನಂಬಿಕೆ ನನಗಿದೆ.

ಮಲೇಡಿಯಾ ಪ್ರವಾಸದ ಈ ಸಂಚಿಕೆಯನ್ನು ಕನ್ನಡಪ್ರಭ ಪತ್ರಿಕೆಯ "ಎನ್ನಾರೈ" ವಿಶೇಷ ಪತ್ರಿಕೆಯಲ್ಲಿ ಅಂಕಣವನ್ನಾಗಿ ಪ್ರಕಟಿಸಿದ ಕನ್ನಡಪ್ರಭ ಪತ್ರಿಕೆಯ ಸಂಪಾದಕ ಮಂಡಳಿಗೆ ಅನಂತ ಧನ್ಯವಾದಗಳು. ಹಾಗೆಯೇ, ಇದನ್ನು ಹಿಂದಿ ಭಾಷೆಗೆ ತರ್ಜುಮೆ ಮಾಡಲು ಸಹಾಯ ಮಾಡಿದ ಶ್ರೀಮತಿ ಸುನಂದಾ ಗೌತಮ್ ರವರಿಗೆ ಕೂಡ ನಾನು ಅಭಾರಿ. ನಾಲ್ಕು ವರ್ಷ ಜೀವನ ಕಟ್ಟಿಕೊಟ್ಟ ಮಲೇಶಿಯಾಕ್ಕೆ, ನನಗೆ ಕೆಲಸ ಕೊಟ್ಟ ಕಂಪನಿಗೆ, ಇಲ್ಲಿನ ಜನ, ಇಲ್ಲಿನ ಸಂಸ್ಕೃತಿಗೆ ಕೂಡ ನನ್ನ ವಿಶೇಷ ಧನ್ಯವಾದ. ಮಲೇಡಿಯಾ ಪ್ರವಾಸಕ್ಕೆ ಬೇಕಾದ ಅಗತ್ಯ ಮಾಹಿತಿ ಎಲ್ಲವೂ ಇದರಲ್ಲಿದೆ ಎಂದು ಭಾವಿಸುತ್ತಾ, ಪುಸ್ತಕವನ್ನು ತಮ್ಮ ಕೈಲಿಡುತ್ತಿದ್ದೇನೆ. ದಯವಿಟ್ಟು ಓದಿ, ತಮ್ಮ ಅಭಿಪ್ರಾಯ ತಿಳಿಸಿ. ಮಲೇಡಿಯಾ ಪ್ರವಾಸದ ಬಗ್ಗೆ ಇನ್ನೂ ಹೆಚ್ಚಿನ ವಿವರಗಳು ಬೇಕಿದ್ದರೆ ನೇರವಾಗಿ ನನಗೆ ಈ-ಮೇಲ್ ಮಾಡಿ. ನನಗೆ ಗೊತ್ತಿರುವ ಮಾಹಿತಿಯನ್ನು ಖಂಡಿತಾ ಒದಗಿಸಬಲ್ಲೆ.

ಇನ್ನೇಕೆ ತಡ? ಈಗಲೆ ಪುಸ್ತಕ ಓದುವುದನ್ನು ಆರಂಭಿಸಿ. ಹ್ಯಾಪಿ ಜರ್ನಿ ಟು ಮಲೇಡಿಯಾ.

-ನಿಮ್ಮವ,
ಟಿಎನ್ನೆಸ್
mailme@suresharao.com
www.suresharao.com

ಮಲೇಷಿಯಾ ಪ್ರವಾಸ ಹೊರಡುವ ಮುನ್ನ

"ಅಕ್ಷಯಾ ರಾವ್"

"Truly Asia" ಎಂದೇ ಕರೆಯಲ್ಪಡುವ ಮಲೇಶಿಯಾ ಪ್ರವಾಸೋದ್ಯಮ ವರ್ಷಕ್ಕೆ ಲಕ್ಷಾಂತರ ವಿದೇಶಿಗರನ್ನು ತನ್ನತ್ತ ಸೆಳೆಯುತ್ತದೆ. 2018ರ ಸಮೀಕ್ಷೆಯಲ್ಲಿ ಸುಮಾರು 2 ರಿಂದ 3 ಕೋಟಿ ಪ್ರವಾಸಿಗರಿದ್ದು , 1000 ಕೋಟಿಗೂ ಹೆಚ್ಚು ರೂಪಾಯಿ ಆದಾಯ ತಂದುಕೊಟ್ಟಿದೆ. ವಿಶ್ವದ ಪ್ರವಾಸೋದ್ಯಮ ದೇಶಗಳ ಪೈಕಿ ಮಲೇಷ್ಯಾ ಟಾಪ್ ಹತ್ತು ದೇಶಗಳಲ್ಲೊಂದು. ದೇಶದ ಆರ್ಥಿಕ ಪ್ರಗತಿಯಲ್ಲಿ ಪ್ರವಾಸೋದ್ಯಮಕ್ಕೆ ಮೂರನೇ ಸ್ಥಾನ ಎಂದರೆ ಇದರ ಆಳ ಎಷ್ಟು ಎಂದು ಊಹಿಸಿಕೊಳ್ಳಿ.

ಆಗ್ನೇಯ ಏಷ್ಯಾ ದ್ವೀಪವಾಗಿರುವ ಮಲೇಶಿಯಾ ತನ್ನ ಅನೇಕ ಆಚಾರ-ವಿಚಾರ, ವೈವಿಧ್ಯಮಯ ತಿನಿಸುಗಳು, ಜಲಕ್ರೀಡೆ ಹಾಗೂ ಸಂವೃದ್ಧವಾಗಿರುವ ಇತಿಹಾಸದಿಂದ ಪ್ರಪಂಚವನ್ನು ತನ್ನತ್ತ ಆಕರ್ಷಿಸುತ್ತದೆ. ಇದೆಲ್ಲದರ ಜೊತೆಗೆ ಬಜೆಟ್ ಫ್ರೆಂಡ್ಲಿ ದೇಶವಾಗಿದ್ದು, ಸಹೃದಯ ಜನರನ್ನು ಹೊಂದಿದೆ. ಮಲೇಷಿಯಾದ ಪ್ರಸಿದ್ಧ ಸ್ಥಳಗಳಾದ ಕೌಲಾಂಪುರದ ಟ್ವಿನ್ ಟವರ್, ಮೆಲಕ, ಪೆನಾಂಗ್, ಲಂಕಾವಿ, ಇಲ್ಲಿನ ಸಮುದ್ರ ತೀರಗಳು, ಚಿಕ್ಕ ಪುಟ್ಟ ದ್ವೀಪಗಳು ಎಲ್ಲಕ್ಕೂ ಹೆಚ್ಚಾಗಿ ಇಲ್ಲಿನ ಸೀಫುಡ್ ಲಕ್ಷಾಂತರ ಪ್ರವಾಸಿಗರನ್ನು ತನ್ನೆಡೆಗೆ ಸೆಳೆಯುತ್ತಾ, ದೇಶಕ್ಕೆ ನೂರಾರು ಕೋಟಿ ರಿಂಗೆಟ್ಟುಗಳ ಆದಾಯವನ್ನು ಪ್ರತಿ ವರ್ಷ ತಂದುಕೊಡುತ್ತಿವೆ. 2019 ವರ್ಷವೊಂದರಲ್ಲೇ ಸುಮಾರು 2.6 ಕೋಟಿ ಜನರನ್ನು ಮಲೇಷಿಯಾ ಪ್ರವಾಸೋದ್ಯಮ ಆಕರ್ಷಿಸಿದೆ

ಮಲೇಷಿಯಾದ ಒಟ್ಟು ವಿಸ್ತೀರ್ಣ ಸುಮಾರು 3,30,000 ಚದರ ಕಿಲೋಮೀಟರ್. ಅಂದರೆ ಕರ್ನಾಟಕ ಮತ್ತು ತಮಿಳುನಾಡು ಎರಡೂ ರಾಜ್ಯಗಳ ಒಟ್ಟು ವಿಸ್ತೀರ್ಣದಷ್ಟು. ಇಲ್ಲಿನ ಜನಸಂಖ್ಯೆ ನಾಲ್ಕು ಕೋಟಿಗಿಂತ ಕೊಂಚ ಕಡಿಮೆ. ಅಪಾರವಾದ ನೈಸರ್ಗಿಕ ಸಂಪತ್ತಿನಿಂದ ಕೂಡಿರುವ ಮಲೇಷಿಯಾ ಐತಿಹಾಸಿಕವಾಗಿಯೂ, ಸಾಂಸ್ಕೃತಿಕವಾಗಿಯೂ ಸಂಪದ್ಭರಿತ ದೇಶ. ಪೆಟ್ರೋಲಿಯಂ, ತಾಳೆ ಎಣ್ಣೆ, ಪ್ರವಾಸೋದ್ಯಮ ಸೇರಿದಂತೆ ಇತರ ಉದ್ದಿಮೆಗಳು ಮಲೇಷಿಯಾ ಅರ್ಥವ್ಯವಸ್ಥೆಗೆ ತಮ್ಮ ಕೊಡುಗೆಯನ್ನು ನೀಡುತ್ತಿವೆ.

ಇನ್ನು ಕರೆನ್ಸಿಯ ವಿಷಯಕ್ಕೆ ಬಂದರೆ ಮಲೇಷಿಯಾದ ಕರೆನ್ಸಿ ಮಲೇಷಿಯಾ

ರಿಂಗೇಟ್. ಭಾರತೀಯ ಮೌಲ್ಯದ 18 ರುಪಾಯಿಗೆ (ಅಂದಾಜು) ಮಲೇಷಿಯಾದ ಒಂದು ರಿಂಗೇಟ್ ಸಮ. ಅಂದರೆ ಸುಮಾರು 1000 ರೂಪಾಯಿಯನ್ನು ರಿಂಗೇಟ್ ಗೆ ಬದಲಾಯಿಸಿದರೆ ಸುಮಾರು 55 ಮಲೇಷಿಯಾ ರಿಂಗೇಟ್ ಆಗುತ್ತದೆ. ನೀವು ಮಲೇಷಿಯಾ ಪ್ರವಾಸ ಬರುವ ಹಾಗಿದ್ದರೆ ಏರ್ ಪೋರ್ಟ್ ಗೆ ಬರುವ ಮೊದಲೇ ನಿಮ್ಮ ಊರಿನ ಕರೆನ್ಸಿ ಎಕ್ಸ್‌ಂಜ್ ಗಳಲ್ಲಿ ರೂಪಾಯಿಗಳನ್ನು ರಿಂಗೇಟ್ ಗೆ ಬದಲಾಯಿಸಿಕೊಳ್ಳುವುದು ಒಳಿತು. ಸಾಮಾನ್ಯವಾಗಿ ಏರ್ ಪೋರ್ಟ್ ಗಳಲ್ಲಿನ ಎಕ್ಸ್‌ಂಜ್ ಸೆಂಟರ್ ಗಳಲ್ಲಿ ಕರೆನ್ಸಿ ಬದಲಾವಣೆ ಮಾಡಿಸಿದರೆ ಆಚೆಕಡೆ ಮಾಡಿಸಿದಕ್ಕಿಂತ ಕಡಿಮೆ ಹಣ ಕೈಗೆ ಬರಬಹುದು. ನಾಲ್ಕು ಜನ ಕುಟುಂಬದ 15 ದಿನದ ಪ್ರವಾಸಕ್ಕೆ ಕಡಿಮೆಯಿಂದರೂ 20,000 ರಿಂಗೇಟ್ ಬೇಕಾಗಬಹುದು. ಅಂದರೆ ಸುಮಾರು 3,00,000 ರೂಪಾಯಿ ಬೇಕಾಗಬಹುದು. ಬರುವ ಮುಂಚೆಯೇ ಯಾವ ಊರಿಗೆ ಭೇಟಿ ನೀಡಲಿದ್ದೀರಿ ಎಂದು ಮೊದಲೇ ನಿರ್ಧಾರ ಮಾಡಿ, ಹೋಟೆಲನ್ನು ಮೊದಲೇ ಬುಕ್ ಮಾಡಿಟ್ಟುಕೊಂಡರೆ ಬೇಕಾದಷ್ಟು ಹಣವನ್ನು ಉಳಿಸಬಹುದು.

ಇನ್ನು ಪ್ರವಾಸೋದ್ಯಮ ಇಲ್ಲಿ ದೊಡ್ಡ ಉದ್ದಿಮೆಯಾದ್ದರಿಂದ ಇಲ್ಲಿನ ಜನರು ಪ್ರವಾಸಿಗರಿಗೆ ಬೇಕಾದ ಮಾಹಿತಿ ನೀಡುವುದರಲ್ಲಿ ಸಿದ್ಧಹಸ್ತರು. ಹಾಗಾಗಿ ಮೋಸ ಹೋಗುವ ಅವಕಾಶ ತುಂಬಾ ಕಡಿಮೆ. ಟೂರಿಸ್ಟ್ ಫ್ರೆಂಡ್ಲಿ ದೇಶವಾದ್ದರಿಂದ ಏಜೆಂಟ್ ಗಳ ಸಹಾಯ ಕೂಡ ಬೇಕಿಲ್ಲ. ಮಲೇಷಿಯಾದ ಸುಮಾರು ಜನರು ತಮಿಳು ಬಲ್ಲವರಾದ್ದರಿಂದ, ತಮಿಳು ಗೊತ್ತಿದ್ದರೆ ಇನ್ನೂ ಸುಲಭ. ಇನ್ನು ಮಲೇಷಿಯಾದ ಬಹುತೇಕ ಊರುಗಳಲ್ಲಿ ಲಿಟಲ್ ಇಂಡಿಯಾ (ಭಾರತೀಯರೇ ಹೆಚ್ಚಾಗಿರುವ ಪ್ರದೇಶ) ಇರುತ್ತದೆ. ಹಾಗಾಗಿ ಊಟ ತಿಂಡಿಗೆ ಕೂಡ ಅನುಕೂಲ. ಭಾರತೀಯ ಪ್ರವಾಸಿಗರಿಗೆ ಮಲೇಷಿಯಾ ದೇಶಕ್ಕೆ On Arrival ವೀಸಾ ವ್ಯವಸ್ಥೆಯಿಲ್ಲ. ಹಾಗಾಗಿ ಮಲೇಶಿಯಾ ಪ್ರವಾಸ ಬರುವ ಒಂದು ಅಥವಾ ಎರಡು ತಿಂಗಳ ಮೊದಲೇ ಪ್ಲಾನ್ ಮಾಡಿಕೊಂಡು UP & DOWN ಎರಡೂ ವಿಮಾನದ ಟಿಕೆಟ್ ಗಳನ್ನೂ ಬುಕ್ ಮಾಡಿಸಿ. (ನೆನಪಿಡಿ: ನೀವು ಇಂಡಿಯಾ To ಮಲೇಷಿಯಾ ಮತ್ತು ಮಲೇಷಿಯಾ To ಇಂಡಿಯಾ ಮಾತ್ರವೇ ಟಿಕೆಟ್ ಬುಕ್ ಮಾಡಿಸಬೇಕು ಎಂದೇನಿಲ್ಲ. ಇಂಡಿಯಾ To ಮಲೇಷಿಯಾ ಬಂದು, ಇಲ್ಲಿ ಒಂದಷ್ಟು ಜಾಗಗಳನ್ನು ಸುತ್ತಾಡಿ, ಇಲ್ಲಿಂದ ಥೈಲ್ಯಾಂಡ್, ಇಂಡೋನೇಷ್ಯಾ, ಸಿಂಗಾಪೂರ ಅಥವಾ ಸಮೀಪದ ಬೇರೆ ದೇಶಕ್ಕೆ ಕೂಡ ಹೋಗಬಹುದು. ಇವುಗಳ ಪೈಕಿ ನನ್ನ ಆಯ್ಕೆ ಥೈಲ್ಯಾಂಡ್. ಏಕೆಂದರೆ ಥೈಲ್ಯಾಂಡ್ ನಲ್ಲಿ ಪ್ರವಾಸಿಗರಿಗಾಗಿ On Arrival ವೀಸಾ ವ್ಯವಸ್ಥೆಯಿದೆ. ಅಂದರೆ ಥೈಲ್ಯಾಂಡ್

ವೀಸಾ ಅನ್ನು ಮೊದಲೇ ತೆಗೆದುಕೊಳ್ಳಬೇಕು ಎಂದೇನಿಲ್ಲ. ಮಲೇಷಿಯಾ ಪ್ರವಾಸ ಮುಗಿಸಿ, ಇಲ್ಲಿಂದ ನೇರ ಥೈಲ್ಯಾಂಡ್ ಹೋಗಿ, ಥೈಲ್ಯಾಂಡ್ ಏರ್‌ಪೋರ್ಟ್ ನಲ್ಲಿ ಇಳಿದಾದ ಮೇಲೆ ಅಲ್ಲಿಯೇ ವೀಸಾ ತೆಗೆದುಕೊಂಡು ಸುತ್ತಾಡಬಹುದು. So, ಇಂಡಿಯಾ To ಮಲೇಷಿಯಾ (ಕೌಲಲಾಂಪುರ) ಮತ್ತು Return Ticket ಬ್ಯಾಂಕಾಕ್ To ಇಂಡಿಯಾದ ಯಾವುದೇ ಊರಿಗೆ ಕೂಡ ಟಿಕೆಟ್ ಬುಕ್ ಮಾಡಿಸಬಹುದು.).

ನೀವು ಪ್ರವಾಸಿ ವೀಸಾ ಮಾಡಿಸಲು ಹೋದಾಗ, ನೀವು ಮಲೇಷಿಯಾ ಹೋಗಲಿರುವ ದಿನಾಂಕ ಮತ್ತು ಭಾರತಕ್ಕೆ ವಾಪಸ್ ಬರುವ ದಿನಾಂಕ ಗಳನ್ನೂ ಕೇಳಿ, ಅದಕ್ಕೆ ಆಧಾರವಾಗಿ ಟಿಕೆಟ್ ನ ಜೆರಾಕ್ಸ್ ಕಾಪಿಯನ್ನು ಕೂಡ ಕೇಳುತ್ತಾರೆ. ಕೆಲವು ಬಾರಿ ನೀವು ಯಾವ ಊರುಗಳಿಗೆ ಭೇಟಿ ನೀಡಲಿದ್ದೀರಿ? ಯಾವ ಹೋಟೆಲ್ ನಲ್ಲಿ ಉಳಿದುಕೊಳ್ಳಲಿದ್ದೀರಿ ಎಂದು ಕೂಡ ಕೇಳುವ ಸಂಭವವಿದೆ. ಹಾಗಾಗಿ ಹೋಟೆಲ್ ಅನ್ನು ಕೂಡ ಬುಕ್ ಮಾಡಿಟ್ಟುಕೊಂಡರೆ ಒಳಿತು. ವೀಸಾ ಸಿಕ್ಕೊಡನೆ ನೀವು ಮಾಡಬೇಕಾದ ಇನ್ನೊಂದು ಕೆಲಸ ನೇರ ನಿಮ್ಮ R.T.O ಆಫೀಸಿಗೆ ಹೋಗಿ. ನಿಮ್ಮ ಬಳಿ ಕಾರ್ ಅಥವಾ 2 ವೀಲರ್ ಡ್ರೈವಿಂಗ್ ಲೈಸನ್ಸ್ ಇದ್ದರೆ, ಅದಕ್ಕೆ ಮಲೇಷಿಯಾದ ಇಂಟರ್ ನ್ಯಾಷನಲ್ ಡ್ರೈವಿಂಗ್ ಪರ್ಮಿಟ್ (I.D.P) ಸಿಗುತ್ತದಾ ಎಂದು ಕೇಳಿ ನೋಡಿ. ಉತ್ತರ ಹೌದು ಎಂದಾದರೆ, ನಿಮ್ಮ ಪ್ರವಾಸದ ಮಾಹಿತಿ, ವೀಸಾ ಕಾಪಿಗಳನ್ನು ಕೊಟ್ಟು, ನಿಮ್ಮ D.L. ಮೇಲೆ I.D.P ಮಾಡಿಸಿ. ಇದರಿಂದ ನೀವು ಸಾವಿರಾರು ರೂಪಾಯಿಗಳನ್ನು ಉಳಿತಾಯ ಮಾಡಬಹುದು. ಹೇಗೆಂದರೆ : ಮಲೇಷಿಯಾದ ಬಹುತೇಕ ಸ್ಥಳಗಳಲ್ಲಿ ಸೆಲ್ಫ್ ಡ್ರೈವ್ ಕಾರುಗಳು ಬಾಡಿಗೆಗೆ ಸಿಗುತ್ತವೆ. ಹೀಗಾಗಿ I.D.P ಇದ್ದರೆ ಸೆಲ್ಫ್ ಡ್ರೈವ್ ಕಾರನ್ನು ಬಾಡಿಗೆ ಪಡೆದು, ಬೇಕಾದ ಜಾಗಗಳನ್ನು ಸುತ್ತಾಡಬಹುದು. ಪೆಟ್ರೋಲ್ ಬೆಲೆ ಕೂಡ ತುಂಬಾ ಕಡಿಮೆ (ಒಂದು ಲೀಟರ್ ಗೆ ಸುಮಾರು 2 ರಿಂಗೇಟ್ ಅಂದರೆ ಸುಮಾರು 30 ರೂಪಾಯಿ). ಹಾಗಾಗಿ ಟ್ಯಾಕ್ಸಿಗೆ ಖರ್ಚು ಮಾಡಬಹುದಾದ ಸಾವಿರಾರು ರೂಪಾಯಿಗಳನ್ನು ಕೂಡ ಉಳಿತಾಯ ಮಾಡಿದಂತಾಗುತ್ತದೆ. ಕೌಲಲಾಂಪುರದಲ್ಲಿ ಇಳಿದುಕೊಳ್ಳುವಾಗ ಆದಷ್ಟು ಕೆ.ಎಲ್. ಸೆಂಟ್ರಲ್ ಗೆ ಸಮೀಪದ ಹೋಟೆಲ್ ಅನ್ನು ಬುಕ್ ಮಾಡಿಕೊಳ್ಳಿ.

1
ಮೆಲಕ ಎಂಬ ಮಾಯಾಲೋಕ

ಮೆಲಕ ಅಥವಾ ಮೆಲಾಕ್ಕಾ (MALACCA)- ಮಲೇಷ್ಯಾ ದ ಅತಿ ಪುರಾತನ ನಗರಗಳಲ್ಲಿ ಒಂದು. ಮೆಲಕ ರಾಜ್ಯದ ರಾಜಧಾನಿ ಈ ಸುಂದರ ನಗರಿ. ಮಲೇಷ್ಯಾದ ರಾಜ ಪರಮೇಶ್ವರ ಸುಮಾರು 1370 - 80 ರ ಆಸುಪಾಸಿಪಾಸಿನಲ್ಲಿ ಈ ನಗರ ನಿರ್ಮಾಣ ಮಾಡಿದ್ದು ಎಂದು ಮಲೇಷ್ಯಾದ ಇತಿಹಾಸ ಹೇಳುತ್ತದೆ. ನಂತರ ಕಾಲಾನುಕ್ರಮದಲ್ಲಿ ಈ ನಗರ ಪೋರ್ಚುಗೀಸರ ವಶವಾಯ್ತು. ತದನಂತರ ಬ್ರಿಟೀಷರ ಆಡಳಿತಕ್ಕೊಳಪಟ್ಟಿತು. ಮಲೇಷ್ಯಾದ ಸ್ವಾತಂತ್ರ್ಯದೊಂದಿಗೆ ಇದು ಬ್ರಿಟೀಷರ ಅಧಿಕಾರದಿಂದ ಮುಕ್ತವಾಗಿ ಮತ್ತೆ ಮಲೇಷ್ಯಾದ ಆಡಳಿತಕ್ಕೆ ಒಳಪಟ್ಟಿತು.

ಮೆಲಕ ನದಿಯ ದಂಡೆಯ ಮೇಲೆ ನಿರ್ಮಿತವಾಗಿರುವ ಈ ನಗರ ಮಲೇಷ್ಯಾ ರಾಜಧಾನಿ ಕೌಲಲಾಂಪುರ ದಿಂದ ಸುಮಾರು 150 ಕಿಲೋಮೀಟರು ದೂರದಲ್ಲಿದೆ. ಈ ನಗರ ವಿಶ್ವ ಪಾರಂಪರಿಕ ನಗರಗಳಲ್ಲಿ ಒಂದು. ಸುಮಾರು ಆರು ಲಕ್ಷ ಜನಸಂಖ್ಯೆ ಹೊಂದಿರುವ ಈ ನಗರವನ್ನು 2008 ರಲ್ಲಿ ಯುನೆಸ್ಕೊ ವಿಶ್ವ ಪಾರಂಪರಿಕ ನಗರಗಳ ಪಟ್ಟಿಗೆ ಸೇರಿಸಿತು. ಇದರಲ್ಲಿ ಅರ್ಧದಷ್ಟು ಅಂದರೆ ಮೂರು ಲಕ್ಷ ಮಲೇಷ್ಯಾದ ಮೂಲ ನಿವಾಸಿಗಳಾದ ಮಲಯ ಜನಾಂಗವಾದರೆ, ಒಂದೂವರೆ ಲಕ್ಷದಷ್ಟು ಜನ ಚೀನೀಯರು. ಸುಮಾರು ಇಪ್ಪತ್ತು-ಮೂವತ್ತು ಸಾವಿರ ಭಾರತೀಯರಾದರೆ ಇನ್ನುಳಿದವರು ಬೇರೆ ಬೇರೆ ಕಡೆಯಿಂದ ವಲಸೆ ಬಂದವರು. ಹಾಗಾಗಿ ಮಲಯ, ಚೀನಾ, ಭಾರತೀಯ ಅದರಲ್ಲೂ ವಿಶೇಷವಾಗಿ

ತಮಿಳು - ಮೂರೂ ರೀತಿಯ ಸಂಸ್ಕೃತಿಗಳ ಮಿಶ್ರಣವನ್ನು ಇಲ್ಲಿ ಕಾಣಬಹುದು. ಬಹಸ ಮಲಯ (ಮಲೇಷ್ಯಾ ದ ರಾಷ್ಟ್ರ ಭಾಷೆ) ಜೊತೆಗೆ, ಕ್ಯಾಂಫೋನೀಸ್, ಮ್ಯಾಂಡರಿನ್, ತಮಿಳು ಮತ್ತು ಇಂಗ್ಲಿಷ್ - ಇಲ್ಲಿನ ಪ್ರಮುಖ ಸಂಪರ್ಕ ಭಾಷೆಗಳು. ಪ್ರವಾಸೋದ್ಯಮ ಇಲ್ಲಿನ ಪ್ರಮುಖ ಆದಾಯದ ಮೂಲ.

ಇಲ್ಲಿನ ಪ್ರಮುಖ ಆಕರ್ಷಣೆ - ಮೆಲಕ ಅರಮನೆ. ಮಲಯ ಸಂಸ್ಕೃತಿಗೆ ಅನುಗುಣವಾಗಿ ಕಟ್ಟಿರುವ ಈ ಅರಮನೆಯ ಸೊಗಸೇ ಸೊಗಸು. ಚೀನಾ ಸಂಸ್ಕೃತಿಗೆ ಅನುಗುಣವಾದ ಚೀನಾ ಟೌನ್ ಮತ್ತು ಭಾರತೀಯ ಸಂಸ್ಕೃತಿಯನ್ನು ಪ್ರತಿನಿಧಿಸುವ ಭಾರತೀಯ ರೀತಿಯ ಖಾದ್ಯ, ಊಟ-ತಿಂಡಿ, ಕರಕುಶಲ ವಸ್ತುಗಳು ಕಾಣಸಿಗುವ ಲಿಟಲ್ ಇಂಡಿಯಾ ಇವೆರಡೂ ಈ ನಗರದ ಎರಡು ಪ್ರಸಿದ್ಧ ಸ್ಥಳಗಳು. ಭಾರತ-ಚೀನಾ ಸಂಸ್ಕೃತಿಯ ಜೊತೆಗೆ ಪೋರ್ಚುಗೀಸ್ ಸಂಸ್ಕೃತಿಯೂ ಕಾಣಸಿಗುವುದು ಇಲ್ಲಿನ ಇನ್ನೊಂದು ವಿಶೇಷ. ಕಲರ್‌ಫುಲ್ ಬೆಲೂನುಗಳು, ಹೂವುಗಳಿಂದ ಅಲಂಕೃತಗೊಂಡ ಸೈಕಲ್ ರಿಕ್ಷಾ ಸವಾರಿ ಇಲ್ಲಿನ ಇನ್ನೊಂದು ಪ್ರಮುಖ ಆಕರ್ಷಣೆ

ಮೆಲಕದಲ್ಲಿ ಹೆಜ್ಜೆ ಹೆಜ್ಜೆಗೂ ಪ್ರೇಕ್ಷಣೀಯ ಸ್ಥಳಗಳೆ. ಒಂದು ಮಾತಲ್ಲಿ ಹೇಳಬೇಕೆಂದರೆ ಇಡೀ ಮೆಲಕ ನಗರವೇ ಪ್ರೇಕ್ಷಣೀಯ ಸ್ಥಳ. ಮೆಲಕದ ಚರ್ಚ್, ಬಾಬಾ ಮತ್ತು ನಯೋನ ಮ್ಯೂಜಿಯಂ, ಜೊಂಕರ್ ವಾಕ್ (ನೈಟ್ ಮಾರ್ಕೆಟ್), ಮೆಲಕ ಅರಮನೆ, ಮೆಲಕ ಮೃಗಾಲಯ, ಚಿಟ್ಟೆ ಮತ್ತು ಸರೀಸೃಪಧಾಮ, ಏಶಿಯನ್ ಸಾಂಸ್ಕೃತಿಕ ಪಾರ್ಕ್, ಫಾಮೋಸ, ಲಿಟಲ್ ಇಂಡಿಯಾ ಶಾಪಿಂಗ್... ಹೀಗೆ ಇಡೀ ನಗರದ ಹೆಜ್ಜೆ ಹೆಜ್ಜೆಗೂ ಒಂದೊಂದು ಪ್ರೇಕ್ಷಣೀಯ ಸ್ಥಳ ಕಾಣಸಿಗುತ್ತದೆ.

ಮಲಯ, ಚೈನೀಸ್, ಭಾರತೀಯ ಎಲ್ಲಾ ರೀತಿಯ ಸಂಸ್ಕೃತಿ, ಊಟ-ತಿಂಡಿಗಳು, ದಿರಿಸುಗಳು, ಭಾಷೆಗಳು ಎಲ್ಲಾ ಇಲ್ಲಿ ಲಭ್ಯ. ಸಿಂಪಲ್ ಆಗಿ ಹೇಳ್ಬೇಕು ಅಂದ್ರೆ ಇದೊಂದು ವಿವಿಧತೆಯಲ್ಲಿ ಏಕತೆಯನ್ನು ಸಾರುತ್ತಿರುವ ಮಾಯಾಲೋಕ. ಹಾಗಂತ ಇದು ತುಂಬಾ ದುಬಾರಿ ಸಿಟಿ ಅನ್ನುವಂಥ ಯೋಚನೆ ಕೂಡ ಬೇಡ. ಅತಿ ಕಡಿಮೆ ಬಜೆಟ್ ನಲ್ಲೇ ಇಡೀ ನಗರವನ್ನು ಸುತ್ತಾಡಬಹುದು. ಊಟದ ವಿಷಯದಲ್ಲೂ ಅಷ್ಟೇ - ಲಿಟಲ್ ಇಂಡಿಯಾ ಪ್ರದೇಶದಲ್ಲಿರುವ ಹೋಟೆಲ್ ಗಳಲ್ಲಿ ಇಡ್ಲಿ, ದೋಸೆ, ಪೂರಿ, ಪೊಂಗಲ್, ಚಪಾತಿ, ಅನ್ನ-ಸಾಂಬಾರ್ ಎಲ್ಲವೂ ಸಿಗುತ್ತೆ. ಸದ್ಯಕ್ಕ ಕೊರೊನದಿಂದಾಗಿ ಮಲೇಷ್ಯಾ ಸರ್ಕಾರ ವಿದೇಶಿಯರ ಪ್ರವಾಸಕ್ಕ ಕೆಲವು ನಿರ್ಬಂಧಗಳನ್ನು ಹೇರಿದೆ. ಇಲ್ಲಿನ ಸರ್ಕಾರ ಕೊರೊನ ನಿರ್ಮೂಲನೆಗಾಗಿ ಸಮರೋಪಾದಿಯಲ್ಲಿ ಅಗತ್ಯ ಕ್ರಮಗಳನ್ನು ಈಗಾಗಲೇ ಕೈಗೊಂಡಿದೆ.

ಕೊರೋನಾ ಮಹಾಮಾರಿ ನಶಿಸಿದ ಮೇಲೆ, ಮುಂದಿನ ಸಲ ಮಲೇಷ್ಯಾಕ್ಕೆ ಬಂದಾಗ ಮೆಲಕ ಸಿಟಿಯನ್ನು ನೋಡೋದು ಮಾತ್ರ ಮರೀಬೇಡಿ.

2

ಮಲೇಶಿಯಾದಲ್ಲೊಂದು 'ಲಿಟಲ್ ಇಂಡಿಯಾ'

'ಇಂಡಿಯಾ' ಎನ್ನುವ ಹೆಸರಿನ ವೈಶಿಷ್ಟ್ಯವೇ ಹಾಗೆ. ವಿವಿಧ ವೇಷ-ಭೂಷಣ, ಭಾಷೆ, ಸಂಸ್ಕೃತಿಗಳ ತವರು ಇಂಡಿಯಾ. ಇಂತಹ ಒಂದು ಇಂಡಿಯಾದ ಪುಟ್ಟ ಭಾಗ 'ಲಿಟಲ್ ಇಂಡಿಯಾ' ಮಲೇಷಿಯಾದಲ್ಲಿದೆ ಎಂದರೆ ನಂಬುತ್ತೀರಾ? ನಂಬಲೇಬೇಕು! ಮಲೇಷ್ಯಾದ ರಾಜಧಾನಿ ಕೌಲಲಾಂಪುರದ ಹೃದಯ ಭಾಗದಲ್ಲಿ ಇರುವ ಜಾಗವೇ ಕೆ.ಎಲ್. ಸೆಂಟ್ರಲ್. ಬಸ್ ನಿಲ್ದಾಣ, ರೈಲ್ವೆ ನಿಲ್ದಾಣ, ಸಿಟಿ ಬಸ್ ನಿಲ್ದಾಣ, ಮೆಟ್ರೋ ರೈಲು ನಿಲ್ದಾಣ, ಮೋನೋ ರೈಲು ನಿಲ್ದಾಣ... ಇವೆಲ್ಲದರ ಸಂಗಮ ಸ್ಥಾನವೇ ಈ ಕೆ. ಎಲ್. ಸೆಂಟ್ರಲ್. ಇದು ಒಂಥರಾ ಬೆಂಗಳೂರಿಗೆ ಮೆಜೆಸ್ಟಿಕ್ ಇದ್ದಹಾಗೆ. ಈ ಕೆ.ಎಲ್ ಸೆಂಟ್ರಲ್ಲಿನಿಂದ ನೂರು ಹೆಜ್ಜೆಗಳ ದೂರದಲ್ಲಿದೆ – 'ಲಿಟಲ್ ಇಂಡಿಯಾ'.

'ಲಿಟಲ್ ಇಂಡಿಯಾ' ಹೆಸರೇ ಹೇಳುವಂತೆ - ಭಾರತೀಯರೇ ಹೆಚ್ಚಾಗಿರುವ ಪ್ರದೇಶ. ಮಲೇಶಿಯಾದಲ್ಲಿದ್ದರೂ ಇದರ ಒಳಗೆ ಒಮ್ಮೆ ನೀವು ಪ್ರವೇಶಿಸಿದರೆಂದರೆ ನೀವು ಬೆಂಗಳೂರಲ್ಲೋ ಅಥವಾ ಚೆನ್ನೈನಲ್ಲೋ ಇರುವಂತೆ ಅನಿಸುತ್ತದೆ. ಅದಕ್ಕೆ ಕಾರಣ ಇಲ್ಲಿನ ಹೋಟೆಲ್ ರೆಸ್ಟೋರೆಂಟುಗಳು, ಅಂಗಡಿಗಳು, ಮನೆಗಳು ಎಲ್ಲವೂ ಕೂಡ ಭಾರತೀಯ ಶೈಲಿಯವೇ. ಹಿಂದಿ, ತೆಲುಗು, ಅದರಲ್ಲೂ ಮುಖ್ಯವಾಗಿ ತಮಿಳು ಭಾಷೆ ಗೊತ್ತಿದ್ದರಂತೂ ಇಲ್ಲಿ ನಿಮಗೆ ಯಾವ ತೊಂದರೆಯೂ ಇಲ್ಲ. ಸೀರೆ, ಚೂಡಿದಾರ, ಪಂಚೆ, ಪೂಜಾ ಸಾಮಗ್ರಿಗಳು, ಬಾಳೆಎಲೆ ಊಟ, ಗ್ರಂಧಿಗೆ ಅಂಗಡಿ, ಭಾರತೀಯ ಸಾಂಬಾರ ಪದಾರ್ಥಗಳು,

ಹಣ್ಣು ತರಕಾರಿ ಎಲ್ಲವೂ ಇಲ್ಲಿನ ಅಂಗಡಿಗಳಲ್ಲಿ ಲಭ್ಯ.

'ಲಿಟಲ್ ಇಂಡಿಯಾ'ದ ಇನ್ನೊಂದು ಹೆಸರು 'ಬ್ರಿಕ್ ಫೀಲ್ಡ್ಸ್' . ಸುಮಾರು ನೂರೈವತ್ತು ವರ್ಷಗಳ ಹಿಂದೆ ಕೌಲಲಾಂಪುರ ನಗರ ಇನ್ನೂ ಅಷ್ಟಾಗಿ ಬೆಳೆದಿರಲಿಲ್ಲ. ಸುತ್ತಲೂ ಕಾಡು; ಮರದಿಂದ ನಿರ್ಮಿತವಾದ ಮನೆಗಳೇ ಹೆಚ್ಚಾಗಿದ್ದವು. 1881 ರಲ್ಲಿ ಉಂಟಾದ ಕಾಳ್ಗಿಚ್ಚಿಗೆ ಸಿಕ್ಕಿ ಅದೆಷ್ಟೋ ಮನೆಗಳು ಸುಟ್ಟುಹೋದವು. ನಂತರ ಬಂದ ಅತಿವೃಷ್ಟಿಯಿಂದ ಮತ್ತಷ್ಟು ಮನೆಗಳಿಗೆ ಹಾನಿಯಾಯಿತು.ಅದನ್ನು ಮನಗಂಡ 'ಫ್ರಾಂಕ್ ಸ್ಪೆಟನ್ಹ್ಯಾಮ್' ಎಂಬ ಬ್ರಿಟಿಷ್ ಪ್ರಜೆ ಇಲ್ಲಿನ ಮನೆಗಳನ್ನು ಇಟ್ಟಿಗೆಗಳಿಂದ ಕಟ್ಟುವ ಯೋಜನೆ ಮಾಡಿದರು. ಆ ಯೋಜನೆಯ ಫಲವಾಗಿ 'ಯಾಪ್ ಆಹ್ ಲೊಯ್' ಎಂಬ ಅಧಿಕಾರಿ ಕೌಲಲಂಪುರ ನಗರದಿಂದ ಹತ್ತಾರು ಮೈಲಿಗಳ ದೂರದಲ್ಲಿದ್ದ ಈ ಪ್ರದೇಶದ ಮಣ್ಣು ಇಟ್ಟಿಗೆ ಮಾಡಲು ಯೋಗ್ಯ ಎಂದು ತಿಳಿದು, ಈ ಜಾಗದಲ್ಲಿ ಮೊಟ್ಟಮೊದಲ ಬಾರಿಗೆ ಒಂದು ಇಟ್ಟಿಗೆ ಗೂಡನ್ನು ನಿರ್ಮಿಸಿದರು. ಹಾಗಾಗಿ ಇದಕ್ಕೆ 'ಇಟ್ಟಿಗೆ ಭೂಮಿ' ಅಥವಾ 'ಬ್ರಿಕ್ ಫೀಲ್ಡ್ಸ್' ಎಂಬ ಹೆಸರು ಬಂತು. ಇಟ್ಟಿಗೆ ಫ್ಯಾಕ್ಟರಿ ಗಳ ಸಂಖ್ಯೆ ಹೆಚ್ಚಾದಂತೆಲ್ಲಾ ಕೆಲಸಗಾರರ ಅನಿವಾರ್ಯತೆ ಕೂಡ ತಲೆದೋರಿತು. ಇದರ ಜೊತೆಗೆ ಅಂದಿನ ಬ್ರಿಟಿಷ್ ಸರ್ಕಾರ ಇದರ ಪಕ್ಕದಲ್ಲಿ ರೈಲ್ಟೆಯನ್ನು ನಿರ್ಮಿಸತೊಡಗಿದರು. ಹಾಗಾಗಿ ಶ್ರೀಲಂಕಾ ಮತ್ತು ತಮಿಳುನಾಡಿನ ಜನರನ್ನು ಇಲ್ಲಿ ಕೆಲಸ ಮಾಡಲು ಕರೆತಂದರು. ಕಾಲಕ್ರಮೇಣ ಆ ಶ್ರೀಲಂಕಾ ಮತ್ತು ತಮಿಳರೇ ಇಲ್ಲಿನ ಸುತ್ತಮುತ್ತಲಿನ ಪ್ರದೇಶದಲ್ಲಿ ವಾಸಿಸತೊಡಗಿ, ಕ್ರಮೇಣ ಇಡೀ ಪ್ರದೇಶ ಭಾರತೀಯ ಬಹುಸಂಖ್ಯಾತರ ಪ್ರದೇಶವಾಯಿತು. ಕೌಲಲಂಪುರದ ಹೊರಭಾಗವಾಗಿದ್ದ ಈ ಪ್ರದೇಶ, ಬರುತ್ತಾ ನಗರದ ಹೃದಯಭಾಗವೇ ಆಗಿ ಹೋಯ್ತು.

ಈಗಾಗಲೇ ಹೇಳಿದಂತೆ 'ಲಿಟಲ್ ಇಂಡಿಯಾ' ಭಾರತೀಯರೇ ಹೆಚ್ಚು ಸಂಖ್ಯೆಯಲ್ಲಿರುವ ಪ್ರದೇಶ. ಹಾಗಾಗಿ ಸಹಜವಾಗಿಯೇ ಇಲ್ಲಿ ಹತ್ತಾರು ದೇವಾಲಯಗಳಿವೆ. ಗಣೇಶ, ಸುಬ್ರಮಣ್ಯ, ನರಸಿಂಹಸ್ವಾಮಿ, ಅಯ್ಯಪ್ಪ ದೇವಾಲಯಗಳೂ ಸೇರಿದಂತೆ ಹತ್ತಕ್ಕೂ ಹೆಚ್ಚು ದೇವಾಲಯಗಳು ಇಲ್ಲಿವೆ. ಅವುಗಳಲ್ಲಿ ಬಹುಮುಖ್ಯವಾದದ್ದು 'ಕಂದಸ್ವಾಮಿ ದೇವಾಲಯ'. 1902 ರಲ್ಲಿ ತಮಿಳು ಶೈಲಿಯಲ್ಲಿ ನಿರ್ಮಾಣಗೊಂಡ ಈ ದೇವಾಲಯ ಮಲೇಷಿಯಾದ ಪುರಾತನ ದೇವಾಲಯಗಳಲ್ಲಿ ಒಂದು. ಹಬ್ಬ-ಹರಿದಿನಗಳಲ್ಲಿ ಇಲ್ಲಿನ ದೇವಾಲಯಗಳಲ್ಲಿ ವಿಶೇಷ ಪೂಜೆ ಇರುತ್ತದೆ. ಗಣೇಶ ಚತುರ್ಥಿ, ದೀಪಾವಳಿ, ಪೊಂಗಲ್ ಸಮಯದಲ್ಲಿ ರಸ್ತೆಯನ್ನೆಲ್ಲ ವಿದ್ಯುತ್ ದೀಪಗಳಿಂದ ಅಲಂಕರಿಸಿ, ದೊಡ್ಡ

ಉತ್ಸವ ನಡೆಸುತ್ತಾರೆ.

ಕಂದಸ್ವಾಮಿ ದೇವಾಲಯದ ಸಮೀಪ ಇರುವ 'ಬುದ್ದಿಸ್ಟ್ ಮಹಾ ವಿಹಾರ' (ಬುದ್ಧನ ದೇವಾಲಯ) ಕೂಡ ಅಷ್ಟೇ ಪ್ರಸಿದ್ಧ. 1894 ರಲ್ಲಿ ನಿರ್ಮಾಣಗೊಂಡ ಈ ದೇವಾಲಯದ ಸೌಂದರ್ಯವನ್ನು ನೋಡುವುದೇ ಕಣ್ಣಿಗೆ ಹಬ್ಬ. ಬುದ್ಧ ಪೌರ್ಣಮಿಯ ದಿನ ಸಾವಿರಾರು ಬೌದ್ಧರು ನಡೆಸುವ ಮೆರವಣಿಗೆ ಇಂದಿಗೂ ಮಲೇಷಿಯಾದ ಅತಿದೊಡ್ಡ ಮೆರವಣಿಗೆಗಳಲ್ಲಿ ಒಂದಾಗಿದೆ. 1896 ರಲ್ಲಿ ನಿರ್ಮಾಣಗೊಂಡ 'ತಮಿಳು ಮೆಥಡಿಸ್ಟ್ ಚರ್ಚ್' ಸೇರಿದಂತೆ ನಾಲ್ಕು ಚರ್ಚುಗಳು ಮತ್ತು ಮಸೀದಿಗಳು ಎಲ್ಲವೂ ಈ 'ಲಿಟಲ್ ಇಂಡಿಯಾ'ದ ಸುತ್ತ ಮುತ್ತ ಇವೆ. ಕೆಎಸ್ ಸೆಂಟ್ರಲ್ ಇಂದ ಕೆಲವೇ ಹೆಜ್ಜೆಗಳ ದೂರದಲ್ಲಿದೆ ಐತಿಹಾಸಿಕ 'ಶ್ರೀ ವಿವೇಕಾನಂದ ಆಶ್ರಮ'. ಅನತಿ ದೂರದಲ್ಲಿರುವ 'ಟೆಂಪಲ್ ಆಫ್ ಫೈನ್ ಆಟ್ಸ್' ನಲ್ಲಿ ಭರತನಾಟ್ಯ, ಸಂಗೀತ, ಯೋಗ ಗಳಂತಹ ಭಾರತೀಯ ಮೂಲದ ತರಗತಿಗಳನ್ನು ನಡೆಸಲಾಗುತ್ತಿದೆ.

ಲಿಟಲ್ ಇಂಡಿಯಾದ ಮತ್ತೊಂದು ಪ್ರಮುಖ ಆಕರ್ಷಣೆ ಇಲ್ಲಿನ 'ತೋರಣ ಗೇಟ್'. ಭಾರತ-ಮಲೇಷಿಯಾ ಸ್ನೇಹದ ದ್ಯೋತಕವಾಗಿ ಭಾರತ ಸರ್ಕಾರವು ಮಲೇಷಿಯಾಕ್ಕೆ ಕೊಟ್ಟಿರುವ ಉಡುಗೊರೆ ಈ 'ತೋರಣ ಗೇಟ್'. ಹಿಂದೂ - ಬೌದ್ಧ ಶಿಲ್ಪಕಲೆಗಳ ಸಮ್ಮಿಲನದಲ್ಲಿ ನಿರ್ಮಿಸಲಾಗಿರುವ ಈ 'ತೋರಣ ಗೇಟ್' ಅನ್ನು ನೋಡದೆ ವಾಪಸ್ ಹೋಗುವ ಭಾರತೀಯರೇ ಇಲ್ಲ. ಇನ್ನು ಊಟ ತಿಂಡಿಯ ವಿಷಯಕ್ಕೆ ಬಂದರೆ ಪರಿಶುದ್ಧ ಭಾರತೀಯ ಶೈಲಿಯ ಬಾಳೆಎಲೆಯ ಊಟ ಇಲ್ಲಿನ ಪ್ರತಿ ಹೋಟೆಲಿನ ಕಾಮನ್ ಮೆನು. ಸರವಣ ಭವನ, ಅಂಜಪ್ಪಾರ್, ಅನ್ನಲಕ್ಷ್ಮಿ, ಕರ್ನಾಟಕದ ಹೆಮ್ಮೆಯ ಎಂ.ಟಿ.ಆರ್ ಸೇರಿದಂತೆ ಅನೇಕ ರೆಸ್ಟೋರೆಂಟುಗಳು ಇಲ್ಲಿವೆ. ಹೀಗೆ 'ಗ್ರೇಟ್ ಇಂಡಿಯಾ'ದಂತೆ 'ಲಿಟಲ್ ಇಂಡಿಯಾ' ಕೂಡ ವಿವಿಧತೆಯಲ್ಲಿ ಏಕತೆಯನ್ನು ಸಾರುತ್ತಲೇ ಇದೆ. ಮುಂದಿನ ಸಲ ಮಲೇಷಿಯಾ ಪ್ರವಾಸ ಬಂದಾಗ 'ಲಿಟಲ್ ಇಂಡಿಯಾ' ನೋಡುವುದನ್ನು ಮಾತ್ರ ಮರೆಯಬೇಡಿ.

ತೋರಣ ಗೇಟ್: 2010 ರ ಪ್ರಧಾನಿ ಶ್ರೀ ಮನಮೋಹನ್ ಸಿಂಗರ ಮಲೇಷಿಯಾ ಪ್ರವಾಸ ಸಮಯದಲ್ಲಿ ಭಾರತೀಯ ಸಂಸ್ಕೃತಿಯನ್ನು ಪ್ರತಿನಿಧಿಸುವ 'ತೋರಣ ಗೇಟ್' ನಿರ್ಮಾಣ ಕಾರ್ಯ ಪ್ರಾರಂಭವಾಯಿತು. ಮಧ್ಯಪ್ರದೇಶದ ಭೋಪಾಲ್ ಬಳಿಯಿರುವ 'ಸಾಂಚಿ ಸ್ತೂಪ'ದ ಶೈಲಿಯಲ್ಲಿಯೇ ಇದನ್ನು ನಿರ್ಮಿಸಲಾಗಿದೆ. 2015 ರ ನರೇಂದ್ರ ಮೋದಿಯವರ ಮಲೇಷಿಯಾ ಪ್ರವಾಸ ಸಂದರ್ಭದಲ್ಲಿ ಮೋದಿ ಮತ್ತು ಅಂದಿನ ಮಲೇಷಿಯಾ ಪ್ರಧಾನಿ ನಜೀಬ್ ರಜಾಕ್ ರವರ ನೇತೃತ್ವದಲ್ಲಿ ಇದು ಉದ್ಘಾಟನೆಗೊಂಡಿತು. ಸುಂದರವಾದ

ಶಿಲೆಗಳು, ಇದರ ಮುಂದೆ ಇರುವ ನಯನ ಮನೋಹರ ನೀರಿನ ಕಾರಂಜಿ ಇದರ ಅಂದವನ್ನು ಇಮ್ಮಡಿಗೊಳಿಸಿವೆ.

ವಿವೇಕಾನಂದ ಆಶ್ರಮ : ಇಲ್ಲಿನ ವಿವೇಕಾನಂದ ಆಶ್ರಮ ನೂರಕ್ಕೂ ಹೆಚ್ಚಿನ ವರ್ಷಗಳ ಇತಿಹಾಸವನ್ನು ಹೊಂದಿದೆ. 1904 ರಲ್ಲಿ ಸ್ಥಾಪನೆಯಾದ ಈ ಆಶ್ರಮ ಕೆಲವು ವರ್ಷಗಳ ಕಾಲ ಭಾರತದ ಬೇಲೂರು ಮಠದ ಆಡಳಿತದಲ್ಲಿತ್ತು. ಕ್ರಮೇಣ ಇದು ಸ್ವತಂತ್ರ ಸಂಸ್ಥೆಯಾಯ್ತು. ತಮಿಳು ಮಾಧ್ಯಮ ಶಿಕ್ಷಣದ ಅವಶ್ಯಕತೆಯನ್ನು ಮನಗಂಡ ಈ ಆಶ್ರಮ ತಮಿಳು ಶಾಲೆಗಳನ್ನು ಪ್ರಾರಂಭಿಸಿತು. ಆಶ್ರಮದ ವತಿಯಿಂದ ನಡೆಯುತ್ತಿರುವ ನಾಲ್ಕು ತಮಿಳು ಮಾಧ್ಯಮ ಶಾಲೆಗಳಲ್ಲಿ ಸುಮಾರು ಎರಡೂವರೆ ಸಾವಿರಕ್ಕೂ ಹೆಚ್ಚು ವಿದ್ಯಾರ್ಥಿಗಳು ವಿದ್ಯಾಭ್ಯಾಸ ಮಾಡುತ್ತಿದ್ದಾರೆ.

3
ಲಂಕಾವಿ ಎಂಬ ಮಾಯಾವಿ

ಲಂಕಾವಿ ವಾಯುವ್ಯ ಮಲೇಶಿಯಾದ ಒಂದು ಪುಟ್ಟ ದ್ವೀಪ. ಮಲೇಶಿಯಾ - ಥೈಲ್ಯಾಂಡ್ ನಡುವಿನ 99 ಚಿಕ್ಕಪುಟ್ಟ ದೀಪಗಳು ಸೇರಿದ ಒಂದು ಭಾಗ ಲಂಕಾವಿ. ಇದರ ಪೂರ್ಣ ವಿಸ್ತೀರ್ಣ ಸುಮಾರು 184 ಚದರ ಮೈಲುಗಳು ಅಂದರೆ ಹೆಚ್ಚುಕಡಿಮೆ ಮೈಸೂರು ನಗರದ ವಿಸ್ತೀರ್ಣದಷ್ಟು. ಮಲೇಶಿಯಾಕ್ಕೆ ಬಂದು ಲಂಕಾವಿ ಯನ್ನು ನೋಡದೆ ವಾಪಸ್ ಹೋದರೆ ಆ ಪ್ರವಾಸಿಗನ ಮಲೇಶಿಯಾ ಪ್ರವಾಸ ಅಪೂರ್ಣವೆಂದೇ ಅರ್ಥ. ಇಲ್ಲಿನ ಸುಂದರ ಕಡಲ ದಂಡೆಗಳೇ ಪ್ರವಾಸಿಗರ ಹಾಟ್ ಸ್ಪಾಟ್. ಮದ್ಯ ಹಾಗು ಸೀಫುಡ್ ಪ್ರಿಯರಿಗಂತೂ ಇದು ಸ್ವರ್ಗವೇ ಸರಿ.

ಲಂಕಾವಿ ಹೆಸರಿನ ಬೆನ್ನು ಹತ್ತಿ: ಲಂಕಾವಿ ಹೆಸರಿನ ಮೂಲದ ಹಿಂದೆ ಅನೇಕ ಕಥೆಗಳಿವೆ. ರಾಮಾಯಣದ ರಾವಣನ ದೇಶ ಲಂಕಾಪುರಿ ಎಂಬುದು ನಮಗೆಲ್ಲ ಗೊತ್ತೇ ಇದೆ. ಈ ಲಂಕಾವಿಯೇ ಆಗಿನ ಲಂಕಾಪುರಿ ಆಗಿತ್ತು ಎಂಬುದು ಕೆಲವರ ನಂಬಿಕೆ. ಕ್ರಿಸ್ತಶಕ ಐನೂರರ ಆಸುಪಾಸಿನಲ್ಲಿ ಈ ಪ್ರದೇಶವು ಮಲೇಷಿಯಾ ಪ್ರಾಂತ್ಯದ ಹಿಂದೂ ಬೌದ್ಧ ಚಕ್ರವರ್ತಿ "ಲಂಕಾಸುಖ"ನ ಅಧೀನದಲ್ಲಿ ಇತ್ತು. ಹಾಗಾಗಿ ಲಂಕಾವಿ ಹೆಸರು ಬಂದಿದೆ ಎಂದು ಕೆಲವರ ನಂಬಿಕೆ. ತುನ್ ಮಹಮದ್ ಜಹೀರ್ ಅವರು ಬರೆದಿರುವ "ಲೆಜೆಂಡ್ಸ್ ಆಫ್ ಲಂಕಾವಿ" ಎಂಬ ಪುಸ್ತಕದಲ್ಲಿ ಲಂಕಾವಿ ಹೆಸರಿನ ಮೂಲದ ಬಗ್ಗೆ ಪ್ರಸ್ತಾಪಿಸಿದ್ದಾರೆ. ಅವರ ಪ್ರಕಾರ "ಲಂಕಾ" ಮತ್ತು "ವಿ" ಎಂಬ ಎರಡು ಸಂಸ್ಕೃತ ಪದಗಳ ಸಂಯೋಗವೇ ಲಂಕಾವಿ.

ಸಂಸ್ಕೃತದಲ್ಲಿ ಲಂಕಾ ಎಂದರೆ ಸೌಂದರ್ಯ; ವಿ ಎಂದರೆ ಅಗಣಿತ. ಈ ಪ್ರದೇಶವು ಅಪರಿಮಿತ ಸೌಂದರ್ಯದಿಂದ ಕೂಡಿದೆಯಾದ್ದರಿಂದ ಈ ಹೆಸರು ಬಂದಿದೆ ಎಂದು ಅವರು ತಮ್ಮ ಪುಸ್ತಕದಲ್ಲಿ ಉಲ್ಲೇಖಿಸಿದ್ದಾರೆ.

ಇವೆಲ್ಲಾ ಲಂಕಾವಿ ಬಗ್ಗೆ ಇರುವ ವಿವಿಧ ಅಭಿಪ್ರಾಯಗಳಾದರೆ ಬಹುತೇಕ ಜನರ ನಂಬಿಕೆ ಹಾಗೂ ಇತಿಹಾಸಕಾರರ ಪ್ರಕಾರ ಲಂಕಾವಿ ಎಂಬುದು ಮತ್ತು "ಲಂಗ್" ಮತ್ತು "ಕಾವಿ" ಎಂಬ ಎರಡು ಪದಗಳ ಸಂಯೋಗದಿಂದ ಬಂದಿರುವ ಹೆಸರು. ಇದರಲ್ಲಿ ಲಂಗ್ ಎಂಬುದು ಮಲೇಶಿಯಾದ ಮೂಲಭಾಷೆಯಾದ ಬಹಸ ಮಲಯ ಪದವಾದರೆ ಕಾವಿ ಎಂಬುದು ಸಂಸ್ಕೃತ ಶಬ್ದ. ಲಂಗ್ ಎಂಬ ಮಲೇಶಿಯಾದ ಪದವು ಹೆಲಾಂಗ್ ಎಂಬ ಮಲೇಶಿಯಾ ಪದದ ಅಪಭ್ರಂಶ ಅಥವಾ ತದ್ಭವ ರೂಪ. ಮಲೇಶಿಯಾ ಭಾಷೆಯಲ್ಲಿ ಹೆಲಾಂಗ್ ಎಂದರೆ ಗರುಡ. ಕಾವಿ ಎಂಬ ಸಂಸ್ಕೃತ ಪದದ ಅರ್ಥ ಕೆಂಪು ಮತ್ತು ಹಳದಿ ಮಿಶ್ರಿತ ಬಣ್ಣ (ಸನ್ಯಾಸಿಗಳು ಧರಿಸುವ ಕಾವಿ) ಎಂಬುದು ನಮಗೆಲ್ಲ ಗೊತ್ತೇ ಇದೆ. ಕಾವಿ ಬಣ್ಣದ ಗರುಡಗಳು ಇಲ್ಲಿ ಯಥೇಚ್ಛ ಸಂಖ್ಯೆಯಲ್ಲಿವೆ. ಹಾಗಾಗಿ ಲಂಕಾವಿ ಎಂಬ ಹೆಸರು ಬಂದಿದೆ ಎಂಬುದು ಜಾಸ್ತಿ ಪ್ರಚಲಿತದಲ್ಲಿರುವ ಅಭಿಪ್ರಾಯ. ಬಹುತೇಕ ಇತಿಹಾಸಕಾರರು ಕೂಡ ಇದನ್ನೇ ಅನುಮೋದಿಸಿದ್ದಾರೆ. ಮಲೇಶಿಯಾದ ಮೀಸ್ಯಾಟ್ ಉಪಗ್ರಹ ಉಡ್ಡಯನ ಹಾಗು ನಿರ್ವಹಣೆಯಲ್ಲಿ ಕೂಡ ಲಂಕಾವಿ ಭೂಭಾಗದ ಪಾತ್ರ ಬಲು ದೊಡ್ಡದು.

ಲಂಕಾವಿಯಲ್ಲಿ ಏನೇನಿದೆ?

ಲಂಕಾವಿಯಲ್ಲಿ ಏನಿದೆ ಎಂಬ ಪ್ರಶ್ನೆಗಿಂತ ಏನಿಲ್ಲ ಎಂದು ಕೇಳುವುದು ಹೆಚ್ಚು ಸೂಕ್ತವೇನೋ! ಈಗಾಗಲೇ ಹೇಳಿದಂತೆ ಲಂಕಾವಿ ಒಂದು ಪುಟ್ಟ ದ್ವೀಪ. ಇಲ್ಲಿನ ನಯನಮನೋಹರ ಕಡಲ ಕಿನಾರೆಗಳು ಪ್ರವಾಸಿಗರನ್ನು ಕೈಬೀಸಿ ಕರೆಯುತ್ತವೆ. ಇಲ್ಲಿನ ಪ್ರೇಕ್ಷಣೀಯ ಸ್ಥಳಗಳ ಬಗ್ಗೆ ಬರೆಯುತ್ತಾ ಹೋದರೆ ಅದೆಷ್ಟೋ ಪುಟಗಳೇ ಆಗಬಹುದು. ಹಾಗಾಗಿ ಲಂಕಾವಿಯ ಕೆಲವು ಅತಿ ಪ್ರಮುಖ ನೋಡಲೇಬೇಕಾದ ಸ್ಥಳಗಳ ಚಿಕ್ಕ ಪರಿಚಯವನ್ನು ಮಾತ್ರ ಖಂಡಿತ ಮಾಡಿಕೊಳ್ಳಬಲ್ಲೆ.

ಡಾಟಾರಣ್ ಲಾಂಗ್ (ಈಗಲ್ ಸ್ಕ್ವೇರ್): ನೀರಿನ ಮಧ್ಯದಲ್ಲಿ ನಕ್ಷತ್ರಾಕಾರದ ರಚನೆಯೊಂದನ್ನು ನಿರ್ಮಿಸಿ ಅದರ ಮೇಲೆ ಕೆತ್ತಲಾಗಿರುವ 12 ಮೀಟರ್ ಎತ್ತರದ ಗರುಡನ ಸುಂದರ ವಿಗ್ರಹವು ಲಂಕಾವಿ ಗರುಡ ಪಕ್ಷಿಗಳ ಧಾಮ ಎಂಬುದನ್ನು ಪ್ರತಿನಿಧಿಸುತ್ತದೆ.

ಅಂಡರ್ ವಾಟರ್ ವರ್ಲ್ಡ್: ನೀವು ನಿಮ್ಮ ಜೀವನದಲ್ಲಿ ಎಷ್ಟು ವಿಧವಾದ ಜಲಚರ ಪ್ರಾಣಿಗಳನ್ನು ನೋಡಿರಬಹುದು? ಹತ್ತು? ಇಪ್ಪತ್ತು? ಅಥವಾ ಐವತ್ತು?

ಲಂಕಾವಿಯ ಅಂಡರ್ ವಾಟರ್ ವರ್ಲ್ಡ್ ನ ಒಳಗೆ ಒಮ್ಮೆ ನೀವು ಕಾಲಿಟ್ಟರೆ ಸಾಕು. ಮೀನು, ಏಡಿ, ಆಮೆ ಶಾರ್ಕ್ ಸೇರಿದಂತೆ 500ಕ್ಕೂ ಹೆಚ್ಚು ಜಲಚರ ಪ್ರಭೇದದ ಪ್ರಾಣಿಗಳನ್ನು ನೋಡುವ ಭಾಗ್ಯ ನಿಮ್ಮದಾಗಲಿದೆ.

ಲಂಕಾವಿ ಪಕ್ಷಿಧಾಮ: ಪ್ರಾಣಿಗಳನ್ನು ನೋಡಿ ಆಯ್ತು. ಮುಂದೇನು ಎಂದು ಯೋಚನೆ ಮಾಡುತ್ತಿದ್ದೀರಾ? ಡೋಂಟ್ ವರಿ. ಲಂಕಾವಿ ಬರ್ಡ್ ಪ್ಯಾರಡೈಸ್ ಕಡೆ ಒಮ್ಮೆ ಹೋಗಿಬನ್ನಿ. 150 ವಿವಿಧ ಬಗೆಯ 2500 ಕ್ಕೂ ಹೆಚ್ಚು ಪಕ್ಷಿಗಳನ್ನು ನೋಡಿ ಕಣ್ತುಂಬಿಕೊಳ್ಳಬಹುದು. ಇದರ ಒಳಗಡೆ ಒಂದು ಸುಂದರವಾದ ಪುಟ್ಟ ಜಲಪಾತ ಕೂಡ ಇದೆ.

ಲಂಕಾವಿ 3-ಡಿ ಆರ್ಟ್ ಗ್ಯಾಲರಿ: ನಿಮ್ಮ ಪತ್ನಿಯನ್ನು ಬಾಟಲಿಯೊಂದರಲ್ಲಿ ಕೂಡಿಹಾಕಬೇಕೆ? ದೊಡ್ಡ ಶಾರ್ಕ್ ಜೊತೆ ನೀವು ಕಾದಾಡಬೇಕೆ? ಧುಮ್ಮಿಕ್ಕಿ ಹರಿಯುತ್ತಿರುವ ಜಲಪಾತದ ಮೇಲೆ ಹಗ್ಗದ ಮೇಲೆ ನಡೆಯಬೇಕೇ? ಎಲ್ಲವೂ ಇಲ್ಲಿ ಲಭ್ಯ. ಬಗೆಬಗೆಯ 3-ಡಿ ಇಮೇಜುಗಳು ಮುಂದೆ ನಿಂತು ನೀವು ಪೋಸ್ ಕೊಟ್ಟು ಅದನ್ನು ನಿಮ್ಮ ಮೊಬೈಲ್ ಕ್ಯಾಮರಾದಲ್ಲಿ ಕ್ಲಿಕ್ಕಿಸಿದರೆ ಸಾಕು. ನೋಡುಗರಿಗೆ ಅದು ರಿಯಲ್ ಫೋಟೋದಂತೆಯೇ ಕಾಣಿಸುತ್ತದೆ.

ಈಗಲ್ ಫೀಡಿಂಗ್: ಒಂದಷ್ಟು ತಿನಿಸುಗಳನ್ನು ಕೈಲಿ ಹಿಡಿದು ಈಗಲ್ ಫೀಡಿಂಗಿಗೆಂದೇ ಇರುವ ಬೋಟೊಂದನ್ನು ಹತ್ತಿ. ಒಂದಷ್ಟು ದೂರ ಮೇಲೆ ಚಲಿಸಿದ ಮೇಲೆ ಬೋಟ್ ಒಂದು ಕಡೆ ತಟಸ್ಥವಾಗಿ ನಿಂತುಬಿಡುತ್ತದೆ. ಅದೇ ಈಗಲ್ ಫೀಡಿಂಗ್ ಪಾಯಿಂಟ್. ನೀವು ತೆಗೆದುಕೊಂಡು ಹೋಗಿರುವ ತಿಂಡಿಯನ್ನು ಕೈಯಲ್ಲಿ ಹಿಡಿದು ಕೈಯನ್ನು ಮೇಲೆತ್ತಿ ನಿಂತುಕೊಳ್ಳಿ. ಅಷ್ಟೆ! ಆಮೇಲೆ ನೋಡಿ ಅದರ ಆನಂದ. ನೂರಾರು ಅಡಿ ಎತ್ತರದಲ್ಲಿರುವ ಗರುಡ ಪಕ್ಷಿಗಳು ಸುಯ್ಯನೆ ವೇಗವಾಗಿ ಹಾರಿಬಂದು ನಿಮ್ಮ ಕೈಗೆ ಸ್ವಲ್ಪವೂ ಗಾಯವಾಗದಂತೆ ಕೈಲಿರುವ ತಿಂಡಿಯನ್ನು ಮಾತ್ರ ಕಸಿದುಕೊಂಡು ಬಂದಷ್ಟೇ ವೇಗವಾಗಿ ಹಾರಿಹೋಗುತ್ತವೆ. ಇಂತಹ ಅದ್ಭುತವನ್ನು ಸವಿಯಬೇಕಾದರೆ ನೀವು ಲಂಕಾವಿಗೇ ಬರಬೇಕು.

ಲಂಕಾವಿ ಕೇಬಲ್ ಕಾರ್: ಲಂಕಾವಿ ಆಕರ್ಷಣೆ ಗಳನ್ನೆಲ್ಲಾ ಪಟ್ಟಿಮಾಡಿದರೆ ಆ ಪಟ್ಟಿಯ ಟಾಪ್ ಒನ್ ಸ್ಥಾನ ಬಹುಶಃ ಕೇಬಲ್ ಕಾರಿಗೆ ಸಲ್ಲಬೇಕು. ಲಂಕಾವಿ ಅಂತರಾಷ್ಟ್ರೀಯ ವಿಮಾನ ನಿಲ್ದಾಣದಿಂದ ಹತ್ತು ನಿಮಿಷದ ಟ್ಯಾಕ್ಸಿ ಜರ್ನಿ ನಿಮ್ಮನ್ನು ನೇರ ಕೇಬಲ್ ಕಾರ್ ಪ್ರಯಾಣದ ಪ್ರವೇಶದ್ವಾರಕ್ಕೆ ಕರೆತರುತ್ತದೆ. ಕೇಬಲ್ ಕಾರಿನ ಟಿಕೆಟಿನ ಬೆಲೆ ಒಬ್ಬರಿಗೆ ಭಾರತೀಯ ರೂಪಾಯಿ ಮೌಲ್ಯದಲ್ಲಿ ಹೇಳುವುದಾದರೆ ಸುಮಾರು ಒಂದು ಸಾವಿರ ರೂಪಾಯಿ. ಕೇಬಲ್ ಕಾರ್ ಪ್ರಯಾಣದ ಒಟ್ಟು ಉದ್ದ 2.2 ಕಿಲೋಮೀಟರು. ಸುಮಾರು ಹದಿನೈದು ನಿಮಿಷದ

ಪ್ರಯಾಣವು ನಿಮಗೆ 700 ಮೀಟರ್ ಎತ್ತರದಿಂದ ಲಂಕಾವಿಯ ಸುಂದರ ಪ್ರಕೃತಿಯ ದರ್ಶನವನ್ನು ಮಾಡಿಸುತ್ತದೆ. ಕೇಬಲ್ ಕಾರ್ ಮೇಲಿನ ಸ್ಟೇಷನ್ ತಲುಪಿದೊಡನೆ, ಕೇಬಲ್ ಕಾರಿನಿಂದ ಕೆಳಗಿಳಿದು ಮುಂದೆ ಹತ್ತು ಹೆಜ್ಜೆ ನಡೆದರೆ ಕಾಣುವುದೇ ಲಂಕಾವಿ ಸ್ಕೈ ಬ್ರಿಡ್ಜ್.

ಲಂಕಾವಿ ಸ್ಕೈ ಬ್ರಿಡ್ಜ್: ಶಾರುಖ್ ಖಾನ್ ಅಭಿನಯದ ಡಾನ್ ಸಿನಿಮಾದ ಕ್ಲೈಮ್ಯಾಕ್ಸ್‌ ನ ಹೊಡೆದಾಟದ ದೃಶ್ಯವನ್ನು ನೀವು ನೋಡಿದ್ದೀರಾದರೆ ಲಂಕಾವಿ ಸ್ಕೈ ಬ್ರಿಡ್ಜ್ ನ ಪರಿಚಯ ನಿಮಗೆ ಇದ್ದ ಹಾಗೆಯೇ. ಸಮುದ್ರ ಮಟ್ಟದಿಂದ 700 ಮೀಟರ್ ಎತ್ತರದಲ್ಲಿ 125 ಮೀಟರ್ ಉದ್ದವಿರುವ ಈ ಬ್ರಿಡ್ಜ್ ಮೇಲೆ ನಡೆದಾಡುವಾಗ ಎಂತಹವರಿಗೂ ಒಂದು ಕ್ಷಣ ಎದೆ ಝುಳ್ ಎನ್ನದಿರದು. ಇದರ ಇನ್ನೊಂದು ವಿಶೇಷವೆಂದರೆ ಈ ಬ್ರಿಡ್ಜ್ ನೇರವಾದ ಸರಳರೇಖೆಯ ಆಕಾರದಂತಿರದೆ ಅರ್ಧಚಂದ್ರಾಕೃತಿಯ ರೀತಿಯಲ್ಲಿ ವಕ್ರವಾಗಿ ನಿರ್ಮಾಣವಾಗಿದೆ. ಹಾಗಾಗಿ ಈ ಬ್ರಿಡ್ಜ್ ಮೇಲೆ ನಿಧಾನವಾಗಿ ಹೆಜ್ಜೆ ಮೇಲೆ ಹೆಜ್ಜೆ ಇಟ್ಟು ನಡೆಯುವ ಆನಂದವನ್ನು ಪದಗಳಲ್ಲಿ ಹೇಳಲಾಗದು. ಅನುಭವಿಸಿದವರಿಗಷ್ಟೇ ಗೊತ್ತು ಇದರ ಮಜ.

ಲಂಕಾವಿ ಯ ಪ್ರೇಕ್ಷಣೀಯ ಸ್ಥಳಗಳ ಬಗ್ಗೆ ಹೇಳುತ್ತಾ ಹೋದರೆ ಅದು ಮುಗಿಯದ ಅಧ್ಯಾಯ. ಮೇಲೆ ಹೇಳಿದ ಎಲ್ಲಾ ಜಾಗಗಳಿಗೆ ಕಳಶಪ್ರಾಯವಿಟ್ಟಂತೆ ಇಲ್ಲಿನ ಹತ್ತಾರು ಕಡಲ ಕಿನಾರೆಗಳು, ಜಲಪಾತಗಳು, ಬೆಟ್ಟ-ಗುಡ್ಡಗಳು, ಮತ್ತು ವಾಟರ್ ಸ್ಪೋರ್ಟ್ಸ್ ಗಳು ಪ್ರವಾಸಿಗರನ್ನು ದೇಶವಿದೇಶಗಳಿಂದ ಕೈಬೀಸಿ ಕರೆಯುತ್ತಿವೆ. ತಮಿಳು ಅಥವಾ ಇಂಗ್ಲಿಷ್ ಭಾಷೆಯನ್ನು ನೀವು ಬಲ್ಲಿರಾದರೆ ಇಡೀ ಲಂಕಾವಿ ಯನ್ನು ಆರಾಮಾಗಿ ಸುತ್ತಾಡಿಕೊಂಡು ಬರಬಹುದು.

ಎಷ್ಟೇ ವೇಗವಾಗಿ ನೋಡಿದರೂ ಕೂಡ ಲಂಕಾವಿಯನ್ನು ನೋಡಲು ಕಡೆಯ ಪಕ್ಷ ಎರಡರಿಂದ ಮೂರು ದಿನ ಬೇಕೇ ಬೇಕು. ಹಾಗಾಗಿ ಮಲೇಶಿಯಾಕ್ಕೆ ಪ್ರವಾಸ ಬರುವ ಮುಂಚೆಯೇ ನಿಮ್ಮ ಟ್ರಾವೆಲ್ ಏಜೆಂಟ್ ಜೊತೆ ಮಾತಾಡಿ ಲಂಕಾವಿಗೆ ತಪ್ಪದೆ ಕರೆದುಕೊಂಡು ಹೋಗುವಂತೆ ಮುಂಚೆಯೇ ಹೇಳಿ. ಲಂಕಾವಿಗಾಗಿಯೇ ತಪ್ಪದೆ ಕನಿಷ್ಟ ಎರಡು ದಿನಗಳನ್ನಾದರೂ ಮೀಸಲಿಡುವಂತೆ ಪ್ಲ್ಯಾನ್ ಮಾಡಿ.

ಲಂಕಾವಿಗೆ ಹೋಗುವುದು ಹೇಗೆ?

ವರ್ಷದ ಎಲ್ಲ ಋತುವಿನಲ್ಲೂ ಲಂಕಾವಿಗೆ ನಿಮಗೆ ಸ್ವಾಗತ. ಬೆಂಗಳೂರಿನಿಂದ ಕೌಲಲಂಪುರಕ್ಕೆ ನೀವು ಬಂದರೆ ಸಾಕು. ಇಲ್ಲಿಂದ ಪ್ರತಿದಿನ ಸಾಕಷ್ಟು ವಿಮಾನಗಳು ಲಂಕಾವಿಗೆ ಹಾರುತ್ತವೆ. ಮಲೇಷಿಯಾದ ಕೆಲವು ಸ್ಥಳಗಳಿಂದ ಲಂಕಾವಿಗೆ ಜಲಮಾರ್ಗ (ಫೆರಿ) ಸೌಲಭ್ಯ ಇದೆಯಾದರೂ, ಭಾರತದಿಂದ

ಬರುವವರಿಗೆ ವಿಮಾನ ಪ್ರಯಾಣವೇ ಉತ್ತಮ ಆಯ್ಕೆ.

ತಿನ್ನಲು ಏನೇನಿದೆ?

ಕಡಲ ಕಿನಾರೆ ಎಂದರೆ ಕೇಳಬೇಕೆ? ಪ್ರೇಮಿಗಳಿಗೆ, ನವವಿವಾಹಿತರಿಗೆ, ಸೀಫುಡ್ ಪ್ರಿಯರಿಗಂತೂ ಲಂಕಾವಿಯಂತಹ ಸ್ಥಳ ಬೇರೊಂದು ಸಿಗಲಾರದು. ಪ್ರವಾಸಿಗರಿಗೆ ಅನುಕೂಲವಾಗಲೆಂದು ಮಲೇಷಿಯಾ ಸರ್ಕಾರ ಲಂಕಾವಿಯನ್ನು "ತೆರಿಗೆ ರಹಿತ" (ಡ್ಯೂಟಿ ಫ್ರೀ) ಪ್ರದೇಶವಾಗಿ ಘೋಷಿಸಿದೆ. ಹಾಗಾಗಿ ನೀವು ಹೆಸರೇ ಕೇಳಿರದಂತಹ ವಿದೇಶಿ ಬ್ರ್ಯಾಂಡ್ ಮದ್ಯ ಹಾಗೂ ಸಿಗರೇಟುಗಳು ಅತಿ ಕಡಿಮೆ ಬೆಲೆಗೆ ಇಲ್ಲಿ ದೊರೆಯುತ್ತವೆ . ಕಡಲ ದಂಡೆಯಲ್ಲಿ ಕುಳಿತು ಬಿಯರ್ ಬಾಟಲಿಯನ್ನು ಕೈಲಿ ಹಿಡಿದು ಮೀನಿನ ಫ್ರೈ ಸ್ವಾದವನ್ನು ಸವಿಯಲು ಇದು ಹೇಳಿ ಮಾಡಿಸಿದ ಜಾಗ. ಇಲ್ಲಿನ ರೆಸ್ಟೋರೆಂಟುಗಳು ಕೂಡ ಶುಚಿ ಮತ್ತು ರುಚಿಗೆ ಅಷ್ಟೇ ಮಹತ್ವ ಕೊಡುತ್ತವೆ. ನೀವು ದುರ್ಬೀನು ಹಾಕಿ ಹುಡುಕಿದರೂ ಕೂಡ ಸೀಫುಡ್ ನಲ್ಲಿ ಮೀನಿನ ಒಂದು ಮುಳ್ಳನ್ನು ಸಹ ಕಂಡುಹಿಡಿಯಲಾರಿರಿ. ಅದರರ್ಥ ಮೀನನ್ನು ಕ್ಲೀನ್ ಮಾಡುವುದರಿಂದ ಹಿಡಿದು ಅದನ್ನು ಬೇಯಿಸಿ ಸರ್ವ್ ಮಾಡುವವರೆಗೂ ಅಷ್ಟೇ ರುಚಿ ಮತ್ತು ಶುಚಿಯನ್ನು ಕಾಯ್ದುಕೊಂಡಿರುತ್ತಾರೆ. ಕೇವಲ ಮಾಂಸಪ್ರಿಯರಿಗಷ್ಟೇ ಅಲ್ಲ, ಸಸ್ಯಾಹಾರಿಗಳಿಗೆ ಕೂಡ ಇಲ್ಲಿ ಯೋಚನೆಯಿಲ್ಲ. ಇಲ್ಲಿನ ತಮಿಳು ಶೈಲಿಯ ರೆಸ್ಟೋರೆಂಟುಗಳಲ್ಲಿ ದೋಸೆ, ಚಪಾತಿ, ಪೊಂಗಲ್, ಬಾಳೆಎಲೆ ಊಟ ಎಲ್ಲವೂ ದೊರೆಯುತ್ತದೆ.

4

ಗುಹಾಂತರ್ಗತ ದೇವಾಲಯಗಳ ಕಣಜ - ಇಪೊ

ಪೆರಾಕ್ ರಾಜ್ಯದ ರಾಜಧಾನಿ ಇಪೊ ಕೋಟ್ಯಂತರ ಪ್ರವಾಸಿಗರನ್ನು ಕೈಬೀಸಿ ಕರೆಯುತ್ತಿದೆ. ಇಪೊ ಮಲೇಷ್ಯಾದಹಳೆಯ ನಗರಗಳಲ್ಲಿ ಒಂದು. ನೈಸರ್ಗಿಕ ಗುಹೆಗಳು, ಕೋಟೆ ಕೊತ್ತಲುಗಳು, ದೇವಾಲಯಗಳಿಗೆ ಇದು ಪ್ರಸಿದ್ಧಿ ಪಡೆದಿದೆ. ಗುಹಾಂತರ್ಗತ ದೇವಾಲಯಗಳು ಮತ್ತು ಸುಣ್ಣದ ಕಲ್ಲುಗಳಿಂದ ನಿರ್ಮಿತವಾದ ಕಟ್ಟಡಗಳು ಇಲ್ಲಿನ ಪ್ರಮುಖ ಆಕರ್ಷಣೆ. ಇಪೊ ನಗರದ ಸುತ್ತಮುತ್ತ ಒಂದು ಸುತ್ತು ಹಾಕಲೇಬೇಕು. ಇಪೊ ನಗರದ ಸುತ್ತಲೂ ಇರುವ ಒಂದಷ್ಟು ಪ್ರಸಿದ್ಧ ಸ್ಥಳಗಳ ಬಗ್ಗೆ ತಿಳಿಯೋಣ.

ಫ್ಯಾಂಟಸಿ ಹೌಸ್ : ಇಪೊದಲ್ಲಿ ತಪ್ಪದೆ ಭೇಟಿ ನೀಡಲೇಬೇಕಾದ ಸ್ಥಳಗಳಲ್ಲಿ ಇದು ಕೂಡ ಒಂದು. ಫ್ಯಾಂಟಸಿ ಹೌಸ್ ಇಪೊ ದಲ್ಲಿನ ಅದ್ಭುತ ಟ್ರಿಕ್ ಆರ್ಟ್ ಗ್ಯಾಲರಿಯಾಗಿದ್ದು, ಹಲವಾರು 3D ಭಿತ್ತಿಚಿತ್ರಗಳು ಮತ್ತು ರೇಖಾಚಿತ್ರಗಳನ್ನು ಇದು ಒಳಗೊಂಡಿದೆ. ಗ್ಯಾಲರಿಯನ್ನು ನವೆಂಬರ್ 2015 ರಲ್ಲಿ ತೆರೆಯಲಾಯಿತು. ಫ್ಯಾಂಟಸಿಗಾಗಿ ದೃಶ್ಯ ಭ್ರಮೆಯನ್ನು ಸೃಷ್ಟಿಸಲು ಇಪ್ಪತ್ತು 3D ಪ್ರದರ್ಶನಗಳನ್ನು ಒಳಗೊಂಡಿದೆ. ಪ್ರತಿವರ್ಷವೂ ಕೋಟ್ಯಂತರ ಪ್ರವಾಸಿಗರನ್ನು ಇದು ತನ್ನತ್ತ ಸೆಳೆಯುತ್ತಿದೆ. ಒಂಬತ್ತು ಕಲಾವಿದರು ಸೇರಿ ಈ ಗ್ಯಾಲರಿಯನ್ನು ವಿನ್ಯಾಸಗೊಳಿಸಿದ್ದಾರೆ. ಇಲ್ಲಿರುವ ಮಾರ್ಗದರ್ಶಕರು ಪ್ರತಿಯೊಂದು ಪ್ರದರ್ಶನದ

ಬಗ್ಗೆಯೂ ತಮಗೆ ವಿವರಣೆ ನೀಡುತ್ತ ಕರೆದೊಯ್ಯುತ್ತಾರೆ ಮತ್ತು ನಿಮ್ಮ ಫೋಟೋಗಳನ್ನು ಕ್ಲಿಕ್ ಮಾಡಲು ಸಹಾಯ ಮಾಡುತ್ತಾರೆ.

ಸ್ಯಾಮ್ ಪೋಹ್ ಟಾಂಗ್ ಗುಹೆ : ಗುನಾಂಗ್ ರಾಪಾದಲ್ಲಿರುವ ಪ್ರಸಿದ್ಧ ಗುಹಾಂತರ್ಗತ ದೇವಾಲಯ. ಸ್ಯಾಮ್ ಪೋಹ್ ಟಾಂಗ್ ಗುಹೆ ಒಂದು ಸ್ಫೂರ್ತಿದಾಯಕ ಕಲಾಕೃತಿ ಮತ್ತು ಇದು ದೇಶದ ಅತಿದೊಡ್ಡ ಗುಹಾಂತರ್ಗತ ದೇವಾಲಯವೆಂದು ಕೂಡ ನಂಬಲಾಗಿದೆ. ರಮಣೀಯ ಪ್ರಕೃತಿ ಸೌಂದರ್ಯದ ಮಧ್ಯೆ ಇರುವ ಈ ದೇವಾಲಯವು ಹಲವಾರು ಬುದ್ಧನ ಪ್ರತಿಮೆಗಳು ಮತ್ತು ಸುಣ್ಣದ ಕಲ್ಲುಗಳ ರಚನೆಯ ನಡುವೆ ಗುಹೆಯಾದ್ಯಂತ ಹರಡಿರುವ ಇತರ ದೇವತೆಗಳ ಆಕೃತಿಗಳನ್ನು ಒಳಗೊಂಡಿದೆ.

ಪೆರಾಕ್ ಟಾಂಗ್ ಗುಹೆ : ಪೆರಾಕ್ ಟಾಂಗ್ ಗುಹೆ ದೇವಾಲಯವು ಇಪೊ ದಲ್ಲಿ ಭೇಟಿ ನೀಡುವ ಅತ್ಯಂತ ಪ್ರಸಿದ್ಧ ಸ್ಥಳಗಳಲ್ಲಿ ಒಂದಾಗಿದೆ. ರಮಣೀಯ ಭೂದೃಶ್ಯದಿಂದ ಆವೃತವಾದ ಈ ಗುಹೆ 1926 ರಲ್ಲಿ ಮೊದಲು ಪತ್ತೆಯಾಯಿತು. ಅಂದಿನಿಂದ ಈ ಸ್ಥಳವು ಅತ್ಯುತ್ತಮ ಗುಹಾಂತರ್ಗತ ದೇವಾಲಯವೆಂದು ಹೆಸರುವಾಸಿಯಾಗಿದೆ. ದೇವಾಲಯದ ಒಳಗೆ 40 ಅಡಿ ಎತ್ತರದ ಬುದ್ಧನ ಪ್ರತಿಮೆ ಇದೆ. ಅಂಚುಗಳಲ್ಲಿ ರಕ್ಷಕ ದೇವತೆಗಳ ನಾಲ್ಕು ಸಣ್ಣ ಪ್ರತಿಮೆಗಳಿವೆ. ಗುಹೆಯ ಗೋಡೆಗಳನ್ನು ವರ್ಣರಂಜಿತ ಚಿತ್ರಗಳು ಮತ್ತು ಚೀನೀ ಕ್ಯಾಲಿಗ್ರಫಿಯಿಂದ ಅಲಂಕರಿಸಲಾಗಿದೆ.

ಕೆಲ್ಲಿ ಕ್ಯಾಸ್ಟಲ್ : ಮೊದಲು ರಬ್ಬರ್ ಎಸ್ಟೇಟ್ ಆಗಿದ್ದ ಬೆಟ್ಟದ ಮೇಲೆ ಕುಳಿತು ವಿಲಿಯಂ ಕೆಲ್ಲಿ ಸ್ಮಿತ್ ಅನ್ನುವವರು ಮಲೇಷ್ಯಾದಲ್ಲಿನ ತನ್ನ ಮನೆಯು ಕೂಡ ಸ್ಕಾಟ್ಲೆಂಡ್ ತನ್ನ ಮನೆಯಂತೆಯೇ ಇರಬೇಕೆಂದು ಬಯಸಿ ಕೆಲ್ಲಿ ಕ್ಯಾಸಲ್ ಅನ್ನು ನಿರ್ಮಿಸಿದರು. ಹಚ್ಚ ಹಸಿರಿನ ಮಧ್ಯೆ ನಿರ್ಮಿಸಲಾಗಿರುವ ಈ ಬೃಹತ್ ಕೋಟೆಯ ಅವಶೇಷಗಳು ಅನೇಕ ರಹಸ್ಯಗಳನ್ನು ಒಳಗೊಂಡಿದೆ. ಕೋಟೆಯು ಹಲವಾರು ಗುಪ್ತ ಕೊಠಡಿಗಳು, ಗುಪ್ತ ದಾರಿಗಳು ಮತ್ತು ಭೂಗತ ಸುರಂಗಗಳನ್ನು ಹೊಂದಿದೆ ಎಂದು ನಂಬಲಾಗಿದೆ. ಈ ಕೋಟೆಯ ಇಪೊ ದಲ್ಲಿ ಜನಪ್ರಿಯ ಪ್ರವಾಸಿ ಆಕರ್ಷಣೆಯಾಗಿದೆ. ಕೆಲ್ಲಿಯ ಸಾವಿನ ಬಳಿಕ ಬಿಳಿ ಸೂಟ್ ಮತ್ತು ಟೋಪಿಗಳನ್ನು ಧರಿಸಿರುವ ವಿಲಿಯಂ ಕೆಲ್ಲಿ ಸ್ಮಿತ್ ಅವರ ಪ್ರತಿಮೆಯನ್ನು ಸಹ ನಿರ್ಮಿಸಲಾಗಿದೆ.

ಗುವಾ ಟೆಂಪುರುಂಗ್ : ಇಪೊ ದಿಂದ ದಕ್ಷಿಣಕ್ಕೆ 25 ಕಿ.ಮೀ ದೂರದಲ್ಲಿರುವ ಗುವಾ ಟೆಂಪುರುಂಗ್ ಬಹುಶಃ ಮಲೇಷ್ಯಾದ ಅತಿದೊಡ್ಡ ಗುಹೆಯಾಗಿದೆ. ಟ್ರೆಕಿಂಗ್ ನಂತಹ ಸಾಹಸಗಳನ್ನು ಮಾಡಲು ಇದು ಹೇಳಿ ಮಾಡಿಸಿದ ಜಾಗ. ಒಳಗೆ ಭೂಗತ ಹೊಳೆ ಮತ್ತು ಚಿಕ್ಕ ಚಿಕ್ಕ ಜಲಪಾತಗಳನ್ನು ಹೊಂದಿರುವ ಈ ಗುಹೆ

ಸುಂದರವಾದ ನೈಸರ್ಗಿಕ ಶಿಲಾ ರಚನೆಗಳ ವಿನ್ಯಾಸದಿಂದ ಕೂಡಿದೆ. ಗುಹೆಯ ಒಟ್ಟು ಉದ್ದ 4.5 ಕಿ.ಮೀ. ಆದರೆ ಇದರ ಒಳಗಡೆ ತೆವಳುತ್ತ ಪ್ರವೇಶಿಸಬಹುದಾದ ಭಾಗವು ಸುಮಾರು 1.9 ಕಿ.ಮೀ. ಮಾತ್ರ. ನಿಮಗೆಲ್ಲ ಚಿತ್ರದುರ್ಗದ ಒಬವ್ವನ ಕಿಂಡಿ ಗೊತ್ತಲ್ಲಾ? 4.5 ಕಿ.ಮೀ.ಉದ್ದದ ಇಡೀ ಗುವಾ ಟೆಂಪುರಿಂಗ್ ಗುಹೆಯೇ ಆ ರೀತಿ ಇದೆ. ಒಂದು ಸಲಕ್ಕೆ ಒಬ್ಬರು ಮಾತ್ರ ತುಂಬಾ ಪ್ರಯಾಸ ಪಟ್ಟು ಒಳಗೆ ತೂರಿ ಹೋಗಬಹುದಾದಷ್ಟು ಜಾಗ. ಕೆಳಗೆಲ್ಲ ನೀರು ತುಂಬಿರುತ್ತದೆ. ಒಳಗೆ ಕಾರ್ಗತ್ತಲು. ಗುಹೆಯ ಒಳಗೆ ಹೋಗುವ ಮುನ್ನವೇ ಒಂದು ಚಿಕ್ಕ ಟಾರ್ಚ್ ಅನ್ನು ಕೊಡುತ್ತಾರೆ. ಟಾರ್ಚ್ ಬೆಳಕಿನಲ್ಲಿ ಒಳಗಡೆ ತೆವಳುತ್ತ ಸಾಗಬೇಕು. ಧಡೂತಿ ದೇಹದವರಂತೂ ಇದರ ಮಧ್ಯೆ ಎಲ್ಲಿ ಸಿಕ್ಕಿಹಾಕಿಕೊಳ್ಳುತ್ತಾರೋ ಎಂದು ಭಯವಾಗುತ್ತದೆ. ಒಂದಷ್ಟು ಜನರ ತಂಡ ಬರುವವರೆಗೂ ಇದ್ದು ತಂಡ ತಂಡವಾಗಿ ಒಳಗೆ ಕಳಿಸುತ್ತಾರೆ. ಅವರೆಲ್ಲ ಜೊತೆಯಲ್ಲೇ ಒಳಗೆ ಹೋಗಿ, ಜೊತೆಯಲ್ಲೇ ಹೊರಗೆ ಬರಬೇಕು. ನೆನಪಿಡಿ. ಇಡೀ ಗುಹೆಯ ಅರ್ಧದಷ್ಟು ಭಾಗ ನೀವು ನೆಲದ ಮೇಲೆ ಮಲಗಿ, ಅಥವಾ ಕುಕ್ಕರಗಾಲಲ್ಲಿ ಕುಳಿತು, ತೆವಳುತ್ತಾ ನಡೆಯಬೇಕು. ತಲೆ ಎತ್ತಲೂ ಕೂಡ ಆಗದು. ಬಗ್ಗಲೂ ಕೂಡ ಸಾಧ್ಯವಿಲ್ಲ. ಒಟ್ಟಿನಲ್ಲಿ ಗುಹೆಯಿಂದ ಆಚೆ ಬಂದು ಸೂರ್ಯ ರಶ್ಮಿ ಕಣ್ಣಿಗೆ ಬಿದ್ದಾಗ ಯಾವುದೋ ದೊಡ್ಡ ಯುದ್ಧವೊಂದನ್ನು ಗೆದ್ದಷ್ಟು ಖುಷಿಯಾಗುತ್ತದೆ. ಬಹುಶಃ ಪ್ರಪಂಚದ ಬೇರಾವ ಭಾಗದಲ್ಲೂ ಇಂತಹ ಆನಂದವನ್ನು ಪಡೆಯಲು ಸಾಧ್ಯವಿಲ್ಲವೇನೋ.

ಕೆಕ್ ಲೋಕ್ ಗುಹೆ : ಕೆಕ್ ಲೋಕ್ ಗುಹೆ ದೇವಾಲಯ - ಇಪೋ ದಲ್ಲಿನ ಆಕರ್ಷಕ ಪ್ರವಾಸಿ ತಾಣ. 12 ಎಕರೆ ವಿಸ್ತೀರ್ಣದ ಸುಂದರವಾದ ತಾಣ ಸುಮಾರು ನೂರುವರ್ಷಕ್ಕೂ ಹಿಂದಿನ ಇತಿಹಾಸವನ್ನು ಹೊಂದಿದೆ. ಈ ದೇವಾಲಯವು ವಿಶಾಲವಾದ ಗುಹೆಯಲ್ಲಿ ಸುಣ್ಣದಕಲ್ಲಿನಿಂದ ನಿರ್ಮಾಣವಾಗಿದೆ. ದೇವಾಲಯದ ಹೃದಯಭಾಗದಲ್ಲಿ ಹಲವಾರು ಬೌದ್ಧ ಮತ್ತು ಚೀನೀ ಪ್ಯಾಂಥಿಯನ್ ದೇವತೆಗಳ ಆಕೃತಿಗಳನ್ನು ಹೊಂದಿರುವ ಬಲಿಪೀಠವಿದೆ. ಗುಹೆ ಗಣಿಗಾರಿಕೆಯ ಸ್ಥಳದ ಒಂದು ಭಾಗವಾಗಿತ್ತು ಮತ್ತು ಈಗಲೂ ಕೂಡ ಇಲ್ಲಿನ ಸುಣ್ಣದ ಕಲ್ಲಿನೊಳಗೆ ಕಬ್ಬಿಣವನ್ನು ನೋಡಬಹುದು. ಇದು ಇಪೋ ಸುತ್ತಮುತ್ತ ಭೇಟಿ ನೀಡುವ ಅತ್ಯುತ್ತಮ ಸ್ಥಳಗಳಲ್ಲಿ ಒಂದಾಗಿದೆ.

ಭಾರತೀಯ ರೀತಿಯ ಊಟದ ರೆಸ್ಟೋರೆಂಟುಗಳು (ಅದರಲ್ಲೂ ವಿಶೇಷವಾಗಿ ಮಾಂಸಾಹಾರ) ಇಲ್ಲಿವೆ. ಭಾರತೀಯ ರೀತಿಯ ತಿಂಡಿ-ಊಟಕ್ಕೇನೂ ಇಲ್ಲಿ ಚಿಂತೆಯಿಲ್ಲ. ಆದಷ್ಟೂ ಟ್ರೆಕಿಂಗ್ ಮಾಡಲು ಇಚ್ಛಿಸುವವರು,

ಹೊಸದಾಗಿ ಮದುವೆಯಾದವರು, ಯುವಕರು, ಪ್ರೇಮಿಗಳಿಗೆ ಈ ಸ್ಥಳ ಹೆಚ್ಚು ಸೂಕ್ತ. ಕೌಲಲಂಪುರದಿಂದ ಇಪೊ ಗೆ ಬಸ್ ಸೇರಿದಂತೆ ಎಲ್ಲ ರೀತಿಯ ವಾಹನ ಸೌಲಭ್ಯವಿದೆ. ಆದರೂ ಸುತ್ತಮುತ್ತ ಅನೇಕ ಜಾಗಗಳಿದ್ದು, ಪ್ರತ್ಯೇಕವಾಗಿ ಟ್ಯಾಕ್ಸಿ ಮಾಡಿಕೊಂಡು ಹೋದರೆ ಉತ್ತಮ. ಮಲೇಷ್ಯಾಕ್ಕೆ ಬಂದಾಗ ತಪ್ಪದೆ ಇಪೊಗೆ ಭೇಟಿ ನೀಡಿ.

ಸುಂಗ್ಯೆ ಕ್ಲಾ ಬಿಸಿ ನೀರಿನ ಬುಗ್ಗೆ:

ಇಷ್ಟು ದೊಡ್ಡ ಸ್ವಿಮ್ಮಿಂಗ್ ಪೂಲ್ ಅನ್ನು ನಿಮ್ಮ ಜೀವನದಲ್ಲೇ ಎಂದೂ ನೋಡಿರಲಾರಿರಿ.ಅಯ್ಯೋ ಇದಕ್ಕಿಂತ ದೊಡ್ಡ ಸ್ವಿಮ್ಮಿಂಗ್ ಪೂಲ್ ಗಳಲ್ಲೇ ಈಜಾಡಿದ್ದೇವೆ ಇದ್ಯಾವ ಮಹಾ ಅಂತೀರಾ? ಅಲ್ಲೇ ಇರೋದು ಮಜಾ.

ನೀವು ನೋಡುತ್ತಿರುವ ಈ ಸ್ವಿಮ್ಮಿಂಗ್ ಪೂಲ್ ಮಲೇಷಿಯಾದ ರಾಜಧಾನಿ ಕೌಲಾಂಪುರ ದಿಂದ ಕೇವಲ ನೂರು ಕಿಲೋಮೀಟರು ದೂರದ ಸುಂಗ್ಯೆ ಕ್ಲಾ ಎಂಬ ಜಾಗದಲ್ಲಿದೆ.ಇದರ ಸ್ಪೆಷಾಲಿಟಿ ಏನು ಅಂದ್ರೆ ಚಿತ್ರದಲ್ಲಿ ನೀವು ನೋಡ್ತಾ ಇರೋದು ಬಿಸಿಬಿಸಿ ನೀರು. ಇಷ್ಟು ದೊಡ್ಡ ಸ್ವಿಮ್ಮಿಂಗ್ ಪೂಲ್ ಗೆ ಗೀಸರ್ ಫಿಕ್ಸ್ ಮಾಡಿದ ಮಹಾನುಭಾವ ಯಾರಿದ್ದಾರು? ಎಂದು ಯೋಚನೆ ಮಾಡಬೇಡಿ. ಇದು ನೈಸರ್ಗಿಕವಾಗಿ ಉಂಟಾದ ಬಿಸಿನೀರ ಚಿಲುಮೆ. ಇನ್ನೂ ಒಂದು ಆಶ್ಚರ್ಯಕರ ಸುದ್ದಿ ಏನೆಂದರೆ ಇಲ್ಲಿನ ನೀರಿನ ಗರಿಷ್ಟ ಉಷ್ಣತೆ ಬರಾಬರಿ 100 ಡಿಗ್ರೀ. ಅಂದರೆ ನೀರಿನ ಕುದಿಯುವ ಬಿಂದು. ಇದರ ಒಳಗೆ ಒಂದು ಮೊಟ್ಟೆಯನ್ನು ಹಾಕಿ ಬೇಯಿಸಿ ತೋರಿಸುತ್ತಾರೆ ಎಂದರೆ ನಂಬಿ. ಹೌದು.ಭೂಮಿಯ ಆಳದಲ್ಲೆಲ್ಲೋ ಕಾದ ನೀರು ಬುಗ್ಗೆಯಾಗಿ ಮೇಲೆ ಚಿಮ್ಮಿ ಹರಿಯುತ್ತದೆ. ಇದರ ಒಳ ಹೋದರೆ ಸರಿಯಾಗಿ ಹತ್ತು ನಿಮಿಷ ಕೂಡ ಇರಲಾರಿರಿ. ಅಷ್ಟು ಬಿಸಿ ಬಿಸಿ ನೀರು ಮಾರಾಯ್ರೇ...

ಸಾಮಾನ್ಯವಾಗಿ ಬಿಸಿನೀರಿನ ಬುಗ್ಗೆಯ ನೀರು ತನ್ನ ಶಾಖವನ್ನು ಭೂಗರ್ಭದಲ್ಲಿನ ಶಿಲೆಗಳಿಂದ ಪಡೆದುಕೊಳ್ಳುತ್ತದೆ. ಭೂಮಿಯ ಆಳಕ್ಕೆ ಹೋದಂತೆಲ್ಲ ಒಳಗಿನ ಶಿಲೆಗಳ ತಾಪಮಾನವು ಹೆಚ್ಚುತ್ತಾ ಹೋಗುತ್ತದೆ. ನೀರು ಇಲ್ಲಿ ಕೆಳಕ್ಕೆ ಇಳಿದಂತೆ ಅಲ್ಲಿನ ಶಿಲೆಗಳ ಸಂಪರ್ಕದಿಂದಾಗಿ ಅದರ ಶಾಖವು ಹೆಚ್ಚುತ್ತದೆ. ಪೃಥ್ವಿಯ ಜ್ವಾಲಾಮುಖಿರಹಿತ ಪ್ರದೇಶಗಳಲ್ಲಿ ಈ ವಿಧಾನದಿಂದಾಗಿ ಬುಗ್ಗೆಯ ನೀರು ಬಿಸಿಯಾಗುತ್ತದೆ. ಇನ್ನು ಜ್ವಾಲಾಮುಖಿಯುಳ್ಳ ಪ್ರದೇಶಗಳಲ್ಲಿ ನೀರು ಅಲ್ಲಿನ ಕರಗಿರುವ ಶಿಲೆಗಳ (ಮ್ಯಾಗ್ಮಾ) ಸಂಪರ್ಕದಿಂದಾಗಿ ಅತಿಯಾಗಿ ಬಿಸಿಯಾಗುವುದು. ಇಂತಹ ಸಂದರ್ಭಗಳಲ್ಲಿ ನೀರು ಕುದಿಯುವ ತಾಪಮಾನಕ್ಕಿಂತ ಹೆಚ್ಚು ಶಾಖವನ್ನು ಹೊಂದಿ ಬಹ್ವಂಶ ಆವಿಯಾಗಿ ಪರಿವರ್ತಿತವಾಗುವುದು. ಇಂತಹ ನೀರು ಅತೀವ ಒತ್ತಡವನ್ನು ಸಹ

ಒಳಗೊಂಡಿದ್ದು ಭೂಪದರವನ್ನು ಭೇದಿಸಿ ಬಲು ಎತ್ತರದವರೆಗೆ ಕಾರಂಜಿಯಾಗಿ ಚಿಮ್ಮುತ್ತದೆ. ಇಂತಹ ಬುಗ್ಗೆಗಳಲ್ಲಿ ಗೀಸರ್, ಫ್ಯುಮರೋಲ್, ಮಡ್ ಫಾರ್ಮ್ ಎಂಬ ಹಲವು ವಿಧಗಳಿವೆ. ಇಂತಹ ಬುಗ್ಗೆಗಳ ನೀರು ಅತಿ ಬಿಸಿಯಾಗಿದ್ದು ಇದರ ಸಂಪರ್ಕದಿಂದಾಗಿ ಹಲವರು ತೀವ್ರ ಸುಟ್ಟಗಾಯಗಳನ್ನು ಅನುಭವಿಸಿದ್ದಿದೆ.

ಸಣ್ಣ ಪ್ರಮಾಣದ ಒಸರುವಿಕೆಯಿಂದ ಹಿಡಿದು ದೊಡ್ಡ ಬಿಸಿನೀರಿನ ನದಿಗಳ ಪ್ರಮಾಣದವರೆಗೆ ಬಿಸಿನೀರಿನ ಬುಗ್ಗೆಯು ನೀರನ್ನು ಹೊರಚೆಲ್ಲುವುದು. ಪ್ರತಿ ಸೆಕೆಂಡಿಗೆ ಒಂದು ಲೀಟರ್‌ಗಿಂತ ಹೆಚ್ಚಿನ ಬಿಸಿನೀರನ್ನು ಹೊರಚಿಮ್ಮುವ ಬುಗ್ಗೆಗಳನ್ನು ಗಣನೀಯವೆಂದು ಪರಿಗಣಿಸಲಾಗುತ್ತದೆ. ಚಿಲುಮೆಯ ಅತೀವ ಶಾಖಭರಿತ ನೀರಿನಲ್ಲಿ ಸಹ ಕೆಲ ಜೀವಿಗಳು ಇದ್ದು ಇವು ಕೆಲವೇಳೆ ಮಾನವನಿಗೆ ರೋಗಗಳನ್ನು ಉಂಟುಮಾಡುವುದಿದೆ. ಆದರೆ ಈ ಚಿಲುಮೆಗಳಲ್ಲಿನ ನೀರಿನಲ್ಲಿ ಹಲವು ವಿಧದ ಖನಿಜಗಳು ಕರಗಿದ್ದು ಸಾಮಾನ್ಯವಾಗಿ ಬಿಸಿನೀರಿನ ಬುಗ್ಗೆಗಳ ನೀರು ಮಾನವರ ಹಲವು ರೋಗಗಳಿಗೆ ಶಮನಕಾರಿಯೆಂದು ನಂಬಿಕೆಯಿದ್ದು ಈ ಬುಗ್ಗೆಗಳ ನೀರಿನಲ್ಲಿ ಸ್ನಾನವು ಅತಿ ಜನಪ್ರಿಯವಾಗಿದೆ. ಹಲವು ಬಿಸಿನೀರಿನ ಚಿಲುಮೆಗಳ ನೀರು ಗಂಧಕವನ್ನು ಹೆಚ್ಚಾಗಿ ಒಳಗೊಂಡಿದ್ದು ಇದು ಚರ್ಮರೋಗಗಳನ್ನು ಗುಣಪಡಿಸುವಲ್ಲಿ ಗಣನೀಯವಾಗಿ ಸಹಕಾರಿಯಾಗಿದೆ.

ಅಂದಹಾಗೆ ಕರ್ನಾಟಕದ ಪುತ್ತೂರು ಬಳಿ ಸಹ ಒಂದು ಬಿಸಿನೀರ ಚಿಲುಮೆ ಇದೆಯಂತೆ.

5

ವಾಟರ್ ಸ್ಪೋರ್ಟ್ಸ್ ಪ್ರಿಯರ ಸ್ವರ್ಗ – ಪಾಂಕೋರ್ ಐಲ್ಯಾಂಡ್

ಕಳೆದ ಸಂಚಿಕೆಯಲ್ಲಿ ನಾವು ಮಲೇಷಿಯಾದ ಸುಂದರ ಗುಹಾಂತರ್ಗಾಮಿ ದೇವಾಲಯಗಳ ನಾಡು ಇಪೋ ಗೆ ಭೇಟಿ ನೀಡಿದ್ದೆವು. ಇಪೋ ಪ್ರವಾಸವನ್ನು ಮುಗಿಸಿ, ಅದರ ಸನಿಹದಲ್ಲೇ ಇರುವ ವಿಶ್ವಪ್ರಸಿದ್ಧ ಬೀಚ್ ಆದ ಪಾಂಕೋರ್ ಬೀಚ್ ಅನ್ನು ಇಂದು ನೋಡುವ ಬನ್ನಿ.

ಪಾಂಗ್ಕೋರ್ ದ್ವೀಪವು ಸಣ್ಣ ದ್ವೀಪವಾಗಿದ್ದು, ಇದರ ಒಟ್ಟು ಮೇಲ್ಮೈ ವಿಸ್ತೀರ್ಣ ಕೇವಲ 18 ಚದರ ಕಿ.ಮೀ. ಗಳು. ಇತಿಹಾಸವನ್ನು ಕೆದಕಿ ನೋಡಿದಾಗ, ಪಾಂಗ್ಕೋರ್ ದ್ವೀಪವು ಮೀನುಗಾರರು, ನಾವಿಕರು, ವ್ಯಾಪಾರಿಗಳು ಮತ್ತು ಕಡಲ್ಗಳ್ಳರ ನೆಚ್ಚಿನ ಆಶ್ರಯತಾಣವಾಗಿತ್ತೆಂದು ತಿಳಿದು ಬರುತ್ತದೆ. ಪೆರಾಕ್ನಲ್ಲಿ ತವರ (ಟಿನ್) ವ್ಯಾಪಾರದ ಮೇಲೆ ಹಿಡಿತ ಸಾಧಿಸಲು ಮತ್ತು ಪೆರಾಕ್ ಮುಖ್ಯಸ್ಥನನ್ನು ಆಕ್ರಮಣಗಳ ವಿರುದ್ಧ ರಕ್ಷಿಸಲು 17 ನೇ ಶತಮಾನದಲ್ಲಿ ಡಚ್ ಕೋಟೆಯನ್ನು ನಿರ್ಮಿಸಲಾಯಿತು. ಆದರೆ ಅವರು ನೀಡಿದ್ದ ಭರವಸೆಯ ರಕ್ಷಣೆಯ ಆಶ್ವಾಸನೆ ಮಾತಿನಲ್ಲಿಯೇ ಉಳಿದು, ಕಾರ್ಯರೂಪಕ್ಕೆ ಬಾರದಿದ್ದಾಗ ಡಚ್ಚರನ್ನು ಸ್ಥಳೀಯ ಆಡಳಿತಗಾರರಿಂದ ಹೊರದಬ್ಬಲಾಯಿತು.

1874 ರಲ್ಲಿ ಪೆರಾಕ್ ಸಿಂಹಾಸನದ ಸ್ಪರ್ಧಿಯೊಬ್ಬರು ಬ್ರಿಟಿಷ್ ಬೆಂಬಲವನ್ನು ಕೋರಿ, ಪಾಂಗ್ಕೋರ್ ಒಪ್ಪಂದಕ್ಕೆ ಸಹಿ ಹಾಕಿದರು. ಇದರ ಪರಿಣಾಮವಾಗಿ

ಜೇಮ್ಸ್ ಡಬ್ಲುಡಬ್ಲ್ಯೂ ಬಿರ್ಚ್ ಅವರನ್ನು ಪೆರಾಕ್ ನಲ್ಲಿ ಅಧಿಕಾರಿಯನ್ನಾಗಿ ನೇಮಿಸಲಾಯಿತು. ಮತ್ತು ಇದರಿಂದಾಗಿ ಈ ದ್ವೀಪದಲ್ಲಿ ಬ್ರಿಟಿಷ್ ವಸಾಹತುಶಾಹಿ ಯುಗವೊಂದು ಪ್ರಾರಂಭವಾಯಿತು. ಸ್ವಾತಂತ್ರ್ಯದ ಬಳಿಕ ಈ ದ್ವೀಪವು ಮಲೇಷಿಯಾ ದೇಶಕ್ಕೆ ಸೇರ್ಪಡೆಯಾಗಿ ಮಲೇಷಿಯಾದ ಪ್ರಸಿದ್ಧ ಪ್ರವಾಸಿ ತಾಣವಾಗಿದೆ.

ಹೇಳಿಕೇಳಿ ಮಲೇಷ್ಯಾ ಕಡಲ ಕಿನಾರೆಗಳಿಂದ ಕೂಡಿದ ದೇಶ. ಪ್ರವಾಸಿಗರ ದೃಷ್ಟಿಯಿಂದ ನೋಡಿದರೂ ಇಲ್ಲಿನ ಬೀಚುಗಳು, ಸುಂದರ ದ್ವೀಪಗಳೇ ಪ್ರವಾಸಿಗರ ನೆಚ್ಚಿನ ತಾಣಗಳು. ಪೆನಾಂಗ್, ಲಂಕಾವಿ ಮತ್ತು ಟಿಯೋಮನ್ ದ್ವೀಪಗಳು ಅತಿ ಹೆಚ್ಚು ಪ್ರಚಲಿತ ದ್ವೀಪಗಳು. ಈ ದ್ವೀಪಗಳಿಗೆ ಹೋಲಿಸಿ ನೋಡಿದಾಗ, ಪಾಂಗ್ಕೋರ್ ಹೆಚ್ಚು ಪ್ರಸಿದ್ಧಿಯಲ್ಲದಿದ್ದರೂ, ಪೆರಾಕ್ ರಾಜ್ಯ ಸರ್ಕಾರವು ಇದನ್ನು ಮಲೇಷ್ಯಾದ ಪ್ರಮುಖ ಪ್ರವಾಸಿ ತಾಣಗಳಲ್ಲಿ ಒಂದಾಗಿ ಪ್ರಚಾರ ಮಾಡಲು ಪ್ರಯತ್ನಿಸುತ್ತಿದೆ. ಸುಂದರವಾದ ಮತ್ತು ಅತ್ಯಂತ ಶಾಂತವಾದ ಕಡಲತೀರಗಳನ್ನು ಈ ಪಾಂಕೋರ್ ಕಿನಾರೆ ಹೊಂದಿದೆ. ಇಲ್ಲಿನ ಸೀಫುಡ್ ನ ರುಚಿಯನ್ನು ಸವಿಯಲೆಂದೇ ಅದೆಷ್ಟೋ ಮಲೇಶಿಯನ್ನರು ವಾರಾಂತ್ಯದಲ್ಲಿ ತಮ್ಮ ಕಾರುಗಳನ್ನೇರಿ ಪಾಂಕೋರ್ ದ್ವೀಪಕ್ಕೆ ಹೋಗಿಬರುತ್ತಾರೆ.

ಪಾಂಕೋರ್ ಆರ್ಥಿಕತೆಯ ಒಂದು ಕಾಲದಲ್ಲಿ ಪ್ರಮುಖವಾಗಿ ಮೀನುಗಾರಿಕೆಯನ್ನು ಅವಲಂಬಿಸಿತ್ತು. ಮೀನುಗಾರಿಕೆ ದ್ವೀಪಕ್ಕೆ ಪ್ರಮುಖ ಉದ್ಯಮವಾಗಿದೆ. ಇಲ್ಲಿ ದೊರಕುವ ವಿವಿಧ ಜಾತಿಯ ಮೀನುಗಳು ರುಚಿ ಮತ್ತು ಆರೋಗ್ಯದ ದೃಷ್ಟಿಯಿಂದ ತುಂಬಾ ಉತ್ಕೃಷ್ಟವಾಗಿದೆಯೆಂದು ಪ್ರಸಿದ್ಧವಾಗಿದೆ.

2005 ರಲ್ಲಿ ಮಲೇಷಿಯಾದ ಪ್ರವಾಸೋದ್ಯಮ ಸಚಿವಾಲಯವು ಈ ದ್ವೀಪಕ್ಕೆ ಅತಿ ಹೆಚ್ಚು ಪ್ರವಾಸಿಗರನ್ನು ಆಕರ್ಷಿಸಲು ಸುಧಾರಿತ ದೋಣಿ ಪ್ರವೇಶವನ್ನು ಒದಗಿಸುವ ಮೂಲಕ ಪಾಂಗ್ಕೋರ್ ದ್ವೀಪದಲ್ಲಿ ಪ್ರವಾಸೋದ್ಯಮವನ್ನು ಹೆಚ್ಚಿಸುವ ಹೊಸ ಯೋಜನೆಗಳನ್ನು ರೂಪಿಸಿತು. ಈ ಯೋಜನೆಯ ಮೂಲಕ ವರ್ಷಕ್ಕೆ ಹೆಚ್ಚುವರಿ ಇಪ್ಪತ್ತು ಲಕ್ಷ ಪ್ರವಾಸಿಗರನ್ನು ಆಕರ್ಷಿಸುವ ಗುರಿ ಹಮ್ಮಿಕೊಳ್ಳಲಾಯಿತು.

ಈ ದ್ವೀಪದಲ್ಲಿ ಅತ್ತಿಂದಿತ್ತ ಓಡಾಡಲು ನಮ್ಮ ದೇಶದಲ್ಲಿನ ಮೆಟಡಾರ್ ಅನ್ನೇ ಹೋಲುವಂತಹ ಗುಲಾಬಿ ಬಣ್ಣದ ಟ್ಯಾಕ್ಸಿಗಳು ವ್ಯಾಪಕವಾಗಿ ದೊರೆಯುತ್ತವೆ. ಏರ್ಪೋರ್ಟ್ ನಿಂದ ಹೋಟೆಲಿಗೆ, ಹೋಟೆಲಿನಿಂದ ಬೀಚಿಗೆ ಹೀಗೆ ಎಲ್ಲಾ ಕಡೆ ಓಡಾಡಲು ಈ ಟ್ಯಾಕ್ಸಿಗಳೇ ಆಧಾರ. ಅವರು ಹೇಳಿದ ಹಣಕ್ಕೆ ಒಪ್ಪಿಕೊಳ್ಳಬೇಡಿ.

ನಮ್ಮ ಊರಿನಲ್ಲಿ ಟ್ಯಾಕ್ಸಿ ಅಥವಾ ಆಟೋರಿಕ್ಷಾ ಗೆ ಚೌಕಾಸಿ ಮಾಡುವಂತೆಯೇ ಇಲ್ಲಿ ಕೂಡ ಚೌಕಾಸಿ ನಡೆಯುತ್ತದೆ. ಹಾ. ಇಲ್ಲಿ ಇರುವ ಇನ್ನೊಂದು ಸೌಲಭ್ಯವನ್ನು ಖಂಡಿತ ಹೇಳಲೇಬೇಕು. ಮಲೇಷಿಯಾ ಪ್ರವಾಸ ಬರುವ ಮುಂಚೆ ಆರ್.ಟಿ.ಓ. ಆಫೀಸಿಗೆ ಹೋಗಿ, ನಿರ್ದಿಷ್ಟ ಅರ್ಜಿಯನ್ನು ಭರ್ತಿ ಮಾಡಿ, ಮಲೇಷಿಯಾ ಪ್ರವಾಸದ ವೀಸಾ ಅನ್ನು ಲಗತ್ತಿಸಿ, ನಿಮ್ಮ ಇಂಡಿಯಾ ಡ್ರೈವಿಂಗ್ ಲೈಸೆನ್ಸ್ ಗೆ ಐ.ಡಿ.ಪಿ. (ಅಂತಾರಾಷ್ಟ್ರೀಯ ಡ್ರೈವಿಂಗ್ ಲೈಸೆನ್ಸ್) ಮಾಡಿಸಿಕೊಳ್ಳಿ. (ಬಹುಶಃ ಇದಕ್ಕೆ ಸಾವಿರ ಅಥವಾ ಎರಡು ಸಾವಿರ ರೂಪಾಯಿ ಖರ್ಚಾಗಬಹುದು ಅಷ್ಟೇ). ಒಂದುವೇಳೆ ಇಂತಹ ಐ.ಡಿ.ಪಿ. ನಿಮ್ಮಲ್ಲಿದ್ದರೆ, ಮಲೇಷಿಯಾದ ಬಹುತೇಕ ಪ್ರವಾಸಿ ತಾಣಗಳಲ್ಲಿ ನೀವು ಬೈಕ್ ಅಥವಾ ಕಾರೊಂದನ್ನು ಬಾಡಿಗೆ ಪಡೆದು, ನೀವೇ ಡ್ರೈವ್ ಮಾಡಿಕೊಂಡು ಹೋಗಬಹುದು (ಬೆಂಗಳೂರಿನಲ್ಲಿ ಬೌನ್ಸ್ ಅಥವಾ ವೋಗೂ ರೀತಿಯ ಸೆಲ್ಫ್ ಡ್ರೈವ್ ಇವೆಯಲ್ಲ? ಅದರಂತೆಯೇ ಈ ಬಾಡಿಗೆ ಕಾರು ಅಥವಾ ಬೈಕುಗಳು). ಸಾವಿರಾರು ರೂಪಾಯಿ ಟ್ಯಾಕ್ಸಿ ಹಣವನ್ನು ನೀವು ಖಂಡಿತ ಇದರಿಂದ ಉಳಿಸಬಹುದು ಮತ್ತು ನಿಮಗೆ ಬೇಕಾದ ಕಡೆ ಬೇಕಾದಾಗ ಸುತ್ತಾಡಬಹುದು. ಇಂತಹ ಸೆಲ್ಫ್ ರೈಡ್ ಅವಕಾಶಗಳು ಈ ಪಾಂಕೋರ್, ಲಂಕಾವಿ, ಪೆನಾಂಗ್, ಮೆಲಕ ಸೇರಿದಂತೆ ಅನೇಕ ಪ್ರವಾಸಿತಾಣಗಳಲ್ಲಿ ಲಭ್ಯವಿದೆ. ಹಾಗಾಗಿ, ಮಲೇಷಿಯಾ ಪ್ರವಾಸ ಬರುವ ಮುಂಚೆ ಐ.ಡಿ.ಪಿ ಮಾಡಿಸಿಕೊಂಡು ಬರುವುದು ಉತ್ತಮ.

ನೋಡಲೇನೇನಿದೆ?

ವಾಟರ್ ಸ್ಪೋರ್ಟ್ಸ್: ಪಾಂಕೋರ್ ಹೇಳಿಕೇಳಿ ಒಂದು ಪುಟ್ಟ ದ್ವೀಪ. ಇಲ್ಲಿನ ಅತೀ ದೊಡ್ಡ ಆಕರ್ಷಣೆಯೇ ಸರ್ಫಿಂಗ್, ಸ್ನಾರ್ಕಲಿಂಗ್ ನಂತಹ ಅನೇಕ ವಾಟರ್ ಸ್ಪೋರ್ಟ್ಸ್ ಗಳು. ನಮ್ಮ ಧರ್ಮಸ್ಥಳ, ಉಡುಪಿ, ತಿರುಪತಿ ಗಳಂತಹ ಜಾಗದಲ್ಲಿ, ಒಂದು ದಿನದ ಪ್ಯಾಕೇಜ್ ಲೆಕ್ಕದಲ್ಲಿ ಲೋಕಲ್ ಸೈಟ್ ಸೀಯಿಂಗ್ ಒದಗಿಸುವ ಟ್ರಾವೆಲ್ಸ್ ಇರುತ್ತಾರಲ್ವಾ? ಅದೇ ರೀತಿಯ ಜಲಕ್ರೀಡೆಗಳ ಪ್ಯಾಕೇಜ್ ಒದಗಿಸುವ ಟ್ರಾವೆಲ್ ಏಜೆಂಟುಗಳು ಇಲ್ಲಿ ಹೆಜ್ಜೆಹೆಜ್ಜೆಗೂ ಕಾಣಸಿಗುತ್ತಾರೆ. ನಂಬುತ್ತೀರೋ ಬಿಡ್ತೀರೋ, ಈ ತರಹದ ಪ್ಯಾಕೇಜ್ ಒಂದನ್ನು ತೆಗೆದುಕೊಂಡು, ಜಲಸಾಹಸಿಗರು ಹಾಕುವಂತಹ ಡ್ರೆಸ್, ಬೆನ್ನಿಗೆ ಒಂದು ಆಕ್ಸಿಜನ್ ಸಿಲಿಂಡರ್, ಕಣ್ಣಿಗೆ ಗ್ಲಾಸ್ ಒಂದನ್ನು ಏರಿಸಿಕೊಂಡು ಬೋಟ್ ಏರಿದಿರಾದರೆ, ಸಮುದ್ರದ ಮಧ್ಯಕ್ಕೆ ಹೋಗಿ ಸೀದಾ ಬೋಟ್ ನಿಂದ ಡೈವ್ ಹೊಡೆದು ನಡುಸಮುದ್ರದಲ್ಲಿ ಈಜಾಡಬಹುದು. ಈಜಾಡುತ್ತಾ ಒಮ್ಮೆ ಕಣ್ಣು ಬಿಟ್ಟು ನೋಡಿದರೆ, ಅನೇಕ ರೀತಿಯ ಮೀನುಗಳ ಮಧ್ಯೆ ನೀವು ಈಜಾಡುತ್ತಿರುವುದು ನಿಮಗೆ ಕಾಣುತ್ತದೆ. ಅಷ್ಟೇ ಅಲ್ಲ,

ಸುಂದರವಾದ ಸಮುದ್ರದ ದಡ ಕೂಡ ಕಾಣುತ್ತದೆ. ಇಂತಹ ಅದ್ಭುತ ಅನುಭವವನ್ನು ಪಡೆಯಬೇಕಾದರೆ ನೀವು ಪಾಂಕೋರ್ ಅಥವಾ ಟಿಯೋಮನ್ ದ್ವೀಪಕ್ಕೇ ಬರಬೇಕು. (ಟಿಯೋಮನ್ ದ್ವೀಪದ ಬಗ್ಗೆ ಮತ್ತೊಂದು ಸಂಚಿಕೆಯಲ್ಲಿ ಓದೋಣ)

ಪಾಂಗ್ಕೋರ್ ಮೀನುಗಾರಿಕ ಗ್ರಾಮಗಳು: ಪಂಗ್ಕೋರ್ ದ್ವೀಪದ ಪೂರ್ವ ಭಾಗದಲ್ಲಿ ಮೂರು ಮೀನುಗಾರಿಕಾ ಹಳ್ಳಿಗಳಿವೆ: ಸುಂಗ್ಯೆ ಪಿನಾಂಗ್ ಕೆಸಿಲ್, ಸುಂಗ್ಯೆ ಪಿನಾಂಗ್ ಬೆಸರ್ ಮತ್ತು ಕಂಪಾಂಗ್ ತೆಲುಕ್ ಕೆಸಿಲ್. ಹಳ್ಳಿಗಳು ಚಿಕ್ಕದಾಗಿದ್ದರೂ ಅವು ಭೇಟಿ ನೀಡಲು ಆಸಕ್ತಿದಾಯಕವಾಗಿವೆ. ಇಲ್ಲಿನ ಮನೆಗಳು ಮಲೇಷಿಯಾದ ಸಂಸ್ಕೃತಿಗೆ ಅನುಗುಣವಾಗಿ ನಿರ್ಮಿತವಾಗಿವೆ. ಪ್ರವಾಸಿಗರು ಈ ಹಳ್ಳಿಗೆ ಭೇಟಿ ಕೊಟ್ಟು, ಅಲ್ಲಿನ ಜನಜೀವನ, ಮೀನುಗಾರಿಕ ಅವುಗಳ ಬಗ್ಗೆ ತಿಳಿದು ಬರುತ್ತಾರೆ.

ಶ್ರೀ ಕಾಲಿಯಮ್ಮನ್ ಕೋವಿಲ್ (ದೇವಸ್ಥಾನ): ಪಾಂಕೋರ್ ದ್ವೀಪದಲ್ಲಿ ಸುಂದರವಾದ ಕಾಳಿ ದೇವಾಲಯವಿದೆ. ಈ ದ್ವೀಪದಲ್ಲಿನ ಅತಿದೊಡ್ಡ ಮತ್ತು ಏಕೈಕ ಭಾರತೀಯ (ಹಿಂದೂ) ದೇವಾಲಯ ಇದಾಗಿದೆ. ಸಮುದ್ರದ ತೀರದಲ್ಲಿರುವ ಇದರ ನೋಟ ಒಂದು ರೀತಿಯಲ್ಲಿ ಮುರುಡೇಶ್ವರ ದೇವಾಲಯವನ್ನು ನೆನಪಿಸಿದರೂ ಅಚ್ಚರಿಯಿಲ್ಲ.

ಜಂಗಲ್ ಟ್ರೆಕಿಂಗ್: ಪಾಂಕೋರ್ ಗೆ ಬಂದ ಮೇಲೆ ಜಂಗಲ್ ಟ್ರೆಕಿಂಗ್ ಮತ್ತು ಜಲ ಕ್ರೀಡೆ ಇಲ್ಲದೆ ಹಿಂದಿರುಗುವ ಮಾತೇ ಇಲ್ಲ. ಮೋಟಾರುಬೈಕನ್ನು ಬಾಡಿಗೆಗೆ ಪಡೆದು ದ್ವೀಪದ ಸುತ್ತಲೂ ಹೋಗಿ ಬನ್ನಿ. ರಸ್ತೆ ಚೆನ್ನಾಗಿದೆಯಾದರೂ, ತುಂಬಾ ಕಡಿದು ಮತ್ತು ಅಂಕುಡೊಂಕಾಗಿದೆ. ಮಲೆನಾಡಿನಂತಹ ಘಾಟ್ ಪ್ರದೇಶದಲ್ಲಿ ಡ್ರೈವ್ ಮಾಡಿದ ಅನುಭವ ನಿಮಗಿದ್ದು ನೀವೊಬ್ಬ ಒಳ್ಳೆಯ ಡ್ರೈವರ್ ಆಗಿದ್ದರೆ ಮಾತ್ರ ಬೈಕ್ ಅನ್ನು ಬಾಡಿಗೆ ತೆಗೆದುಕೊಳ್ಳಿ. ಒಂದು ವೇಳೆ ಸಣ್ಣ ಪುಟ್ಟ ಅಪಘಾತವಾದರೆ, ಬೇರೆ ದೇಶದಲ್ಲಿ ಇರುವುದರಿಂದ ಅದರಿಂದ ಬಿಡಿಸಿಕೊಂಡು ಬರುವುದು ನಮ್ಮೂರಿನಷ್ಟು ಸುಲಭವಲ್ಲ.

ಡಚ್ ಕೋಟೆ: ನೀವು ಪಂಗ್ಕೋರ್ ಪಟ್ಟಣದ ದಕ್ಷಿಣಕ್ಕೆ ಡಚ್-ಕೋಟೆಗೆ ಭೇಟಿ ನೀಡಬಹುದು.ಈಗಾಗಲೇ ಹೇಳಿದಂತೆ ಇಲ್ಲಿನ ಸುಂದರ ತಾಣಗಳ ಪೈಕಿ ಡಚ್ ಕೋಟೆಯೂ ಒಂದು. ಆದರೆ ನಮ್ಮ ಹಂಪೆಯಂತೆ ಇದೂ ಕೂಡ ಸ್ಥಳೀಯರ ಅಥವಾ ವಿದೇಶಿಯರ ಆಕ್ರಮಣಕ್ಕೆ ತುತ್ತಾಗಿ ಬಹಳ ಹಾಳಾಗಿದೆ. ಆದರೂ ಇಲ್ಲಿನ ಫೋಟೋಶೂಟ್ ಬಹಳ ಪ್ರಸಿದ್ಧ. ಸೆಲ್ಫಿ ಪ್ರಿಯರು ವಿಧವಿಧದ ಸೆಲ್ಫಿಗಳನ್ನು ತೆಗೆದುಕೊಳ್ಳುವುದರಲ್ಲಿ ಬಿಜಿಯಾಗಿರುತ್ತಾರೆ. ನಿಮಗಿಷ್ಟವಾದ ರೀತಿಯ ಸೆಲ್ಫಿ

ನೀವೂ ತಗೊಳ್ಳಿ.

ಮಿನಿ ಚೀನಾ ಗೋಡೆ: ಚೀನಾ ಗೋಡೆಯನ್ನು ನೀವೆಂದಾದರೂ ನೋಡಿದ್ದೀರಾ? ನೋಡಿಲ್ಲವಾದರೆ ಚೀನಾ ದೇಶಕ್ಕೇ ಹೋಗಬೇಕು ಅಂತೇನಿಲ್ಲ. ಪಾಂಕೋರ್ ದ್ವೀಪದಲ್ಲಿ ಚೀನಾದ ಮಹಾಗೋಡೆಯನ್ನೇ ಹೋಲುವ ಮಿನಿ ಚೀನಾ ಗೋಡೆಯೊಂದನ್ನು ನಿರ್ಮಿಸಲಾಗಿದೆ. ಚೀನಾ ಗೋಡೆ ಹೇಗಿದೆ? ಎಷ್ಟು ಕೋಟೆಗಳಿವೆ? ಎಂಬುದನ್ನು ಇಲ್ಲಿಂದಲೇ ನೋಡಬಹುದು.

ಹಾರ್ನ್‌ಬಿಲ್ ಫೀಡಿಂಗ್: ಸೀಗಲ್ ಲಾಡ್ಜ್ ಬಳಿ ಪ್ರತಿದಿನ ಸಂಜೆ 6: 30 ಕ್ಕೆ ಹಾರ್ನ್ ಬಿಲ್ ಪಕ್ಷಿ ಸೇರಿದಂತೆ ನೂರಾರು ಕಾಡು ಪಕ್ಷಿಗಳಿಗೆ ನಿಮ್ಮ ಕೈಯಾರೆ ಊಟ ತಿನ್ನಿಸಬಹುದು. ಪ್ರತಿದಿನ ಸಂಜೆ ನೂರಾರು ಪಕ್ಷಿಗಳು ಹಾರಿಬಂದು ಇಲ್ಲಿ ಕೂರುತ್ತವೆ. ಲಂಕಾವಿ ಈಗಲ್ ಫೀಡಿಂಗ್ ಗೆ ಪ್ರಸಿದ್ಧಿಯಾಗಿರುವಂತೆಯೇ ಪಾಂಕೋರ್, ಹಾರ್ನ್ ಬಿಲ್ ಪಕ್ಷಿಗಳಿಗೆ ಪ್ರಸಿದ್ಧಿ.

ಊಟ-ತಿಂಡಿ-ಎಕ್ಸ್‌ಟ್ರಾ

ಸ್ಥಳದ ದೃಷ್ಟಿಯಿಂದ ಪಾಂಕೋರ್ ದ್ವೀಪದ ಒಂದಷ್ಟು ಪ್ರಸಿದ್ಧ ಆಕರ್ಷಣೆಗಳನ್ನಷ್ಟೇ ಇಲ್ಲಿ ಬರೆದಿದ್ದೇನೆ. ಆದರೆ ಈ ಲಿಸ್ಟಿನಲ್ಲಿ ಇಲ್ಲದೆ ಇರುವ ಇನ್ನೂ ಹತ್ತಾರು ಆಕರ್ಷಣೆಗಳು ಇಲ್ಲಿವೆ. ಊಟ ತಿಂಡಿಗಂತೂ ನೀವು ಯೋಚಿಸಬೇಕಾಗಿಯೇ ಇಲ್ಲ. ಅದರಲ್ಲೂ ನೀವು ಸೀಫುಡ್ ಪ್ರಿಯರಾಗಿದ್ದರಂತೂ ನಿಮಗಿದು ಸ್ವರ್ಗ. ಸಸ್ಯಾಹಾರ ಊಟ ತಿಂಡಿಗಳೂ ಸಹ ಇಲ್ಲಿ ದೊರೆಯುತ್ತವೆ. ಸಮೀಪದ ಲುಮುಟ್ ಎಂಬ ಜಾಗದ ತನಕ ಮಾತ್ರ ವಾಹನದಲ್ಲಿ ಹೋಗಬಹುದು. ಅಲ್ಲಿಂದ ಫೆರಿ ಅಥವಾ ಬೋಟ್ ಏರಿ (ಸಿಗಂದೂರಿನ ಫೆರಿ ನೆನಪಿದೆ ತಾನೇ? ಅದೇ ರೀತಿ) ಪಾಂಕೋರ್ ದ್ವೀಪಕ್ಕೆ ಹೋಗಬಹುದು. ಸಂಜೆಯ ಬಳಿಕ ಫೆರಿ ಸಂಚಾರ ಇರುವುದಿಲ್ಲ ಹಾಗು ಸಂಜೆಯ ನಂತರವೇ ಈ ದ್ವೀಪದ ಸೊಬಗು ಇನ್ನಷ್ಟು ಹೆಚ್ಚುತ್ತದೆ. ಆದ್ದರಿಂದ ಇಲ್ಲಿಗೆ ಬರುವ ಪ್ಲಾನ್ ಇದ್ದರೆ ದಯವಿಟ್ಟು ಮುಂಚಿತವಾಗಿಯೇ ರಾತ್ರಿ ಇಲ್ಲಿಯೇ ತಂಗಲು ಹೋಟೆಲ್ ಅನ್ನು ಬುಕ್ ಮಾಡಿಕೊಳ್ಳಿ. ಇದು ಅಷ್ಟೇನೂ ಖರ್ಚಿಲ್ಲದ ಸ್ಥಳ ಕೂಡ. ಊಟ ತಿಂಡಿ ಕೂಡ ಅಷ್ಟೇನೂ ದುಬಾರಿ ಅಲ್ಲ. ಇದು ದ್ವೀಪವಾಗಿರುವುದರಿಂದ ಹವಾಮಾನಕ್ಕೆ ಅನುಗುಣವಾಗಿ ಸಂಚಾರ ನಿರ್ಬಂಧವಿದ್ದರೂ ಇರಬಹುದು. ನೀವು ಹೊರಡುವ ಮುನ್ನ ಇಲ್ಲಿನ ಹವಾಮಾನ ಗಮನಿಸಿ, ಒಮ್ಮೆ ವಿಚಾರಿಸಿ ಪ್ಲಾನ್ ಮಾಡಿಕೊಂಡು ಬನ್ನಿ. ಅದ್ಭುತ ಜಾಗ. ನೋಡಲು ಮಿಸ್ ಮಾಡಬೇಡಿ. ವಿಶೇಷವಾಗಿ ಇಲ್ಲಿನ ವಾಟರ್ ಸ್ಪೋರ್ಟ್ಸ್ ಅನ್ನು ಮಾತ್ರ ಮಿಸ್ ಮಾಡಲೇಬೇಡಿ.

6

ಪ್ರವಾಸಿಗರ ಸ್ವರ್ಗ -
ಕ್ಯಾಮರಾನ್ ಹೈಲ್ಯಾಂಡ್

ಇಪೊ ಸುತ್ತಲಿನ ಕೆಲವು ಪ್ರದೇಶಗಳನ್ನು ಕಳೆದೆರಡು ಸಂಚಿಕೆಯಲ್ಲಿ ನೋಡಿದ್ದೇವೆ. ಇಪೊದಿಂದ ಕೇವಲ 90 ಕಿ.ಮೀ. ದೂರದಲ್ಲಿರುವ ಮಲೇಷಿಯಾದ ಅತಿ ಪ್ರಸಿದ್ಧ ಸ್ಥಳ ಕ್ಯಾಮರಾನ್ ಹೈಲ್ಯಾಂಡ್ ಅನ್ನು ಇಂದು ಸುತ್ತಾಡೋಣ ಬನ್ನಿ. ಸುಲಭವಾಗಿ ಅರ್ಥವಾಗುವಂತೆ ಒಂದೇ ಮಾತಿನಲ್ಲಿ ಹೇಳಬೇಕೆಂದರೆ ಇದು ಕೊಡಗು, ಊಟಿ, ಕೊಡೈಕೆನಾಲ್ ನಂತಹ ಗಿರಿಧಾಮ ಪ್ರದೇಶ. ಇಪೊದಿಂದ 90 ಕಿ.ಮೀ. ಮತ್ತು ಕೌಲಾಲಂಪುರದಿಂದ ಸುಮಾರು 200 ಕಿಮೀ ದೂರದಲ್ಲಿದ್ದು, ಸಮುದ್ರ ಮಟ್ಟದಿಂದ 2,000 ಮೀಟರ್ ಎತ್ತರದಲ್ಲಿದೆ.

ಪಹಾಂಗ್ ರಾಜ್ಯದಲ್ಲಿರುವ ಕ್ಯಾಮರಾನ್ ಮಲೇಷಿಯಾದ ಅತಿದೊಡ್ಡ ಗಿರಿಧಾಮಗಳಲ್ಲಿ ಒಂದು. ಚಹಾ ಮತ್ತು ತರಕಾರಿ ಉತ್ಪಾದನೆಗೆ ಹೆಸರುವಾಸಿ. ಇದರ ಹವಾಮಾನ ಥೇಟ್ ಊಟಿ ಅಥವಾ ಕೊಡೈಕೆನಾಲ್ ನಂತೆಯೇ. ವಿಶಾಲವಾದ ಚಹಾ ತೋಟಗಳು ಮತ್ತು ದಟ್ಟವಾದ ಕಾಡುಗಳಿಗೆ ಹೆಸರುವಾಸಿಯಾಗಿರುವ ಕ್ಯಾಮರೂನ್ ಹೈಲ್ಯಾಂಡ್ಸ್ ಇಲ್ಲಿನ ಸುಂದರ ಪರಿಸರ, ಹೈಕಿಂಗ್ ಮತ್ತು ಟ್ರೆಕಿಂಗ್ ನಿಂದಾಗಿ ಪ್ರತಿವರ್ಷ ಕೋಟ್ಯಂತರ ಪ್ರವಾಸಿಗರನ್ನು ಆಕರ್ಷಿಸುತ್ತಿದೆ. ಬ್ರಿಟಿಷ್ ಅಧಿಕಾರಿ ವಿಲಿಯಂ ಕ್ಯಾಮರೂನ್ ಅವರು 1885 ರಲ್ಲಿ ಮೊದಲ ಬಾರಿಗೆ ಈ ಪ್ರದೇಶವನ್ನು ಸಮೀಕ್ಷೆ ಮಾಡಿದ ಫಲವಾಗಿ ಅವರ ಹೆಸರನ್ನೇ ಇಲ್ಲಿಗೆ ಇಡಲಾಗಿದೆ. 1925 ರ ಅವಧಿಯಲ್ಲಿ ಸರ್ ಜಾರ್ಜ್ ಮ್ಯಾಕ್ಸ್ ವೆಲ್ ಈ ಪ್ರದೇಶವನ್ನು ಗಿರಿಧಾಮವನ್ನಾಗಿ ಅಭಿವೃದ್ಧಿಪಡಿಸುವ ಯೋಜನೆ

ಹಾಕಿಕೊಂಡರು. ಅದರ ಫಲವಾಗಿ ಕ್ಯಾಮರಾನ್ ಒಂದು ಪ್ರವಾಸಿ ಸ್ಥಳವಾಗಿ ಪ್ರಸಿದ್ಧಿಯಾಯಿತು.

ಕ್ಯಾಮರಾನ್ ನಲ್ಲಿ ಲಭ್ಯವಿರುವ ಪ್ರೈವೇಟ್ ಟ್ಯಾಕ್ಸಿಗಳು ಅಥವಾ ರೆಡಿಮೇಡ್ ಸ್ಯಾಟ್ ಸೀಯಿಂಗ್ ಪ್ಯಾಕೇಜ್ ಗಳ ಮೂಲಕ ಕ್ಯಾಮರಾನ್ ಹೈಲ್ಯಾಂಡ್ಸ್ ಅನ್ನು ಪೂರ್ತಿ ಸುತ್ತಾಡಬಹುದು. ಇಲ್ಲಿನ ಟ್ಯಾಕ್ಸಿಗಳು ಸ್ವಲ್ಪ ದುಬಾರಿ ಎಂದು ನಿಮಗನಿಸಿದರೆ ಪ್ಯಾಕೇಜ್ ಟ್ರಿಪ್ಪುಗಳು ಉತ್ತಮ ಆಯ್ಕೆ. ಕ್ಯಾಮರೂನ್ ಹೈಲ್ಯಾಂಡ್ಸ್ ನಲ್ಲಿ ಭೇಟಿ ನೀಡಲು ಸಾಕಷ್ಟು ಪ್ರವಾಸಿ ಆಕರ್ಷಣೆಗಳಿವೆ. ಅವುಗಳಲ್ಲಿ ಕೆಲವು ಮುಖ್ಯವಾದ ಸ್ಥಳಗಳು:

ಬ್ರಿಂಚಾಂಗ್ ಪರ್ವತ: 2,000 ಮೀಟರ್ ಎತ್ತರದಲ್ಲಿರುವ, ಮೌಂಟ್ ಬ್ರಿಂಚಾಂಗ್ ಅನ್ನು ನೀವು ಏರಿದಿರಾದರೆ, ಕ್ಯಾಮರೂನ್ ಹೈಲ್ಯಾಂಡ್ ನ ಸುಂದರ ಪರಿಸರದ ಪೂರ್ತಿ ದೃಶವನ್ನು ಕಾಣಬಹುದು. ಸುಮಾರು ಎರಡು ಗಂಟೆ ಸಮಯದ ಈ ಟ್ರೆಕಿಂಗ್ ನ ಅನುಭವವನ್ನು ಪದಗಳಲ್ಲಿ ಹೇಳಲಾಗದು. ಅನುಭವಿಸಿದವರಿಗಷ್ಟೇ ಗೊತ್ತು ಇದರ ಮಜಾ.

ನೈಟ್ ಮಾರ್ಕೆಟ್ : ವೀಕೆಂಡುಗಳಲ್ಲಿ ನಡೆಯುವ ಬ್ರಿಂಚಾಂಗ್ ನೈಟ್ ಮಾರ್ಕೆಟ್ ಗಳ ಸುತ್ತಾಟ ಒಂದು ಮಧುರ ಅನುಭವ. ತಾಜಾ ಸ್ಟ್ರಾಬೆರಿ, ಜೇನು, ತರಕಾರಿಗಳು, ಟೀ ಪೌಡರ್, ಬಟ್ಟೆಗಳು, ವಿವಿಧ ರೀತಿಯ ತಿಂಡಿತಿನಿಸುಗಳು, ಗೃಹಾಲಂಕಾರಕ ವಸ್ತುಗಳು, ಗಿಫ್ಟುಗಳು ಎಲ್ಲವೂ ಇಲ್ಲಿನ ಅಂಗಡಿಗಳ ಬೆಳೆಗೆ ಹೋಲಿಸಿದಲ್ಲಿ, ಅತಿ ಕಡಿಮೆ ಬೆಲೆಯಲ್ಲಿ ಇಲ್ಲಿ ಲಭ್ಯ.

ಚಿಟ್ಟೆಗಳ ಫಾರ್ಮ್: ಬಣ್ಣಬಣ್ಣದ ಚಿತ್ರವಿಚಿತ್ರ ಚಿಟ್ಟೆಗಳನ್ನು ನೋಡಲು ಬಟರ್ ಫ್ಲೈ ಫಾರ್ಮಿಗೆ ಭೇಟಿ ನೀಡಿ. ವಿವಿಧ ಗಾತ್ರದ ಸಾವಿರಾರು ಚಿಟ್ಟೆಗಳು ಯಾವುದೇ ಹಂಗಿಲ್ಲದೇ ಮುಕ್ತವಾಗಿ ಹರಡಿಕೊಂಡಿರುವುದನ್ನು ನೋಡಬಲ್ಲಿರಿ.

ಹೈಕಿಂಗ್ ಮತ್ತು ಟ್ರೆಕಿಂಗ್: ರಾಬಿನ್ಸನ್ ಜಲಪಾತ, ಮೊಸ್ಸಿ ಫಾರೆಸ್ಟ್ ಸೇರಿದಂತೆ ದಿನ ಸುಮಾರು ಅರ್ಧದಿನ ಸುತ್ತಾಡಬಹುದಾದ ಸುಂದರ ಹೈಕಿಂಗ್ ಮತ್ತು ಟ್ರೆಕಿಂಗ್ ಜಾಗಗಳು ಇಲ್ಲಿವೆ. ಅದರಲ್ಲೂ ಮೊಸ್ಸಿ ಫಾರೆಸ್ಟ್ ಅಂತೂ ವಿಶ್ವವಿಖ್ಯಾತ. ಕ್ಯಾಮರಾನ್ ಹೈಲ್ಯಾಂಡ್ಸ್ ಗೆ ಬಂದು ಮೊಸ್ಸಿ ಫಾರೆಸ್ಟ್ ನೋಡದೆ ಒಬ್ಬರು ಕೂಡ ಹಿಂದಿರುಗಿ ಹೋಗಲಾರರು. ಅನೇಕ ರೀತಿಯ ಪ್ರಬೇಧದ ಸಸ್ಯಗಳು, ಪ್ರಾಣಿಗಳು, ವಿಚಿತ್ರ ಕೋತಿಗಳು, ಪಕ್ಷಿಗಳು, ಚಿಟ್ಟೆಗಳು, ಪ್ರಸ್ತುತ ಅಳಿವಿನಂಚಿನಲ್ಲಿರುವ ವಿಶ್ವದ ಅತಿದೊಡ್ಡ ಹೂವಾದ ರಾಫ್ಲೆಸಿಯಾ ದಂತಹ ಹೂವುಗಳನ್ನು ಇಲ್ಲಿ ಕಾಣಬಹುದಾಗಿದೆ.

ಇಲ್ಲಿನ ಅರಣ್ಯ ದಟ್ಟವಾಗಿದೆಯಾದ್ದರಿಂದ ನಿಮ್ಮ ಈ ಮುಂಚಿನ ಟ್ರೆಕಿಂಗ್ ಅನುಭವ ಮತ್ತು ದೇಹದ ಫಿಟ್ನೆಸ್ ಮಟ್ಟಕ್ಕೆ ಅನುಗುಣವಾಗಿ ಭೇಟಿಕೊಡುವ ಸ್ಥಳಗಳ ಆಯ್ಕೆ ಮಾಡಿಕೊಳ್ಳಿ. ಅತ್ಯುತ್ತಮವಾದ ಶೂಗಳು, ಉತ್ತಮ ಮಟ್ಟದ ಬಟ್ಟೆ ಹಾಗು ಟ್ರೆಕಿಂಗ್ ಗೆ ಅಗತ್ಯ ವಸ್ತುಗಳು ಇದೆಯೆಂದು ಕನ್ಫರ್ಮ್ ಮಾಡಿಕೊಳ್ಳಿ. ಸ್ಥಳೀಯ ಟ್ರಾವೆಲ್ ಗೈಡ್ ಒಬ್ಬರು ನಿಮ್ಮ ಜೊತೆ ಇದ್ದರೆ ಇನ್ನೂ ಒಳಿತು.

ಮೊಸ್ಸಿ ಫಾರೆಸ್ಟ್ : ಕ್ಯಾಮರೂನ್ ಹೈಲ್ಯಾಂಡ್ಸ್ ನ ಅತಿ ಪ್ರಮುಖ ಆಕರ್ಷಣೆ. ಇದು ಈ ಪ್ರದೇಶದ ಅತ್ಯುನ್ನತ ಶಿಖರಗಳಲ್ಲಿ ಒಂದಾಗಿದೆ. ಭೂಮಿಗೆ ಹರಡಿರುವ ಪಾಚಿಯ ಪದರಗಳಿಂದಾಗಿ ಈ ಕಾಡಿಗೆ ಮಾಸ್ಸಿ ಫಾರೆಸ್ಟ್ ಎಂಬ ಹೆಸರು ಅನ್ವರ್ಥವಾಗಿ ಬಂದಿದೆ. ಇಲ್ಲಿನ ಹೈಕಿಂಗ್ ವಿಶ್ವಪ್ರಸಿದ್ಧ. ಮೊಸ್ಸಿ ಫಾರೆಸ್ಟ್ ನ ಈ ಹೈಕಿಂಗ್ ಅನ್ನು ಅನುಭವಿಸಲೆಂದೇ ವಾರಾಂತ್ಯಗಳಲ್ಲಿ ಮಲೇಷ್ಯಾದ ವಿವಿಧ ಭಾಗಗಳಿಂದ ಸ್ಥಳೀಯರು ಇಲ್ಲಿಗೆ ಬರುತ್ತಿರುತ್ತಾರೆ.

ಸ್ಯಾಮ್ ಪೋ ಟೆಂಪಲ್: ಹಸಿರು ಕಾಡಿನ ನಡುವೆ ಇರುವ ಪ್ರಸಿದ್ಧ ಚೀನಿ ದೇವಾಲಯವಾದ ಸ್ಯಾಮ್ ಪೋಹ್ ದೇವಸ್ಥಾನವು ಮಲೇಷ್ಯಾದ ನಾಲ್ಕನೇ ಅತಿದೊಡ್ಡ ದೇವಸ್ಥಾನವಾಗಿದ್ದು, ಬ್ರಿನ್ಚಾಂಗ್ ನಿಂದ ಒಂದು ಕಿಲೋಮೀಟರ್ ದೂರದಲ್ಲಿದೆ. ಚಿನ್ನದ ಯೋಧರ ಪುತ್ಥಳಿಗಳು ಮತ್ತು ಮಲೇಷಿಯಾದ ನಾಲ್ಕನೇ ಅತಿದೊಡ್ಡ ಬುದ್ಧನ ಪ್ರತಿಮೆಯನ್ನು ಸಹ ನೀವಿಲ್ಲಿ ಕಾಣಬಹುದು.

ಟೀ ಪ್ಲಾಂಟೇಶನ್ ನಲ್ಲಿ ಒಂದು ಸುತ್ತು: ಕ್ಯಾಮರೂನ್ ಹೈಲ್ಯಾಂಡ್ಸ್ ತನ್ನ ಚಹಾ ಉತ್ಪಾದನೆಗೆ ಹೆಸರುವಾಸಿ. ಚಹಾ ಕೊಯ್ಲು ಮತ್ತು ಬೆಳೆಯುವ ಪ್ರಕ್ರಿಯೆಯ ಬಗ್ಗೆ ತಿಳಿದುಕೊಳ್ಳಲು ಮಲೇಷಿಯಾದ ಅತಿ ದೊಡ್ಡ ಚಹಾ ಉತ್ಪಾದಕರಲ್ಲಿ ಒಂದಾದ ಬೋಹ್ ಟೀ ಪ್ಲಾಂಟೇಷನ್, ಬೋಹ್ ಸುಂಗಯ್ ಟೀ ಪ್ಲಾಂಟೇಶನ್ ಮತ್ತು ಭಾರತೀಯ ಮೂಲದ ಭಾರತ್ ಟೀ ಪ್ಲಾಂಟೇಶನ್ ಗಳಿವೆ. ಟೀ ತೋಟಗಳ ನಡುವೆ ಒಂದು ಮಾರ್ನಿಂಗ್ ವಾಕ್ ಮನಸ್ಸಿಗೆ ಹಿತವನ್ನು ನೀಡುತ್ತದೆ. ನೀವು ಚಹಾ ಪ್ರಿಯರಾಗಿದ್ದರೆ ಎತ್ತರದಲ್ಲಿರುವ ಬೋಹ್ ಟೀ ಪ್ಲಾಂಟೇಶನ್ ನ ಕೆಫೆಯಲ್ಲಿ ಕುಳಿತು, ಗಾಜಿನ ಕಿಟಕಿಗಳಿಂದ ವಿಸ್ತಾರವಾದ ಟೀ ಪ್ಲಾಂಟೇಶನ್ ನ ನೋಟವನ್ನು ನೋಡುತ್ತಾ, ಬಿಸಿಬಿಸಿ ಚಹಾ ಸ್ವಾದವನ್ನು ಆನಂದಿಸಬಹುದು.

ಸ್ಟ್ರಾಬೆರಿ ತೋಟಗಳು: ಕ್ಯಾಮರಾನ್ ಹೈಲ್ಯಾಂಡ್ಸ್ ನ ಅತಿ ದೊಡ್ಡ ಆಕರ್ಷಣೆಯೆಂದರೆ ಇಲ್ಲಿನ ಸ್ಟ್ರಾಬೆರಿ. ಇಲ್ಲಿನ ಅನೇಕ ಸ್ಟ್ರಾಬೆರಿ ಫಾರಂಗಳಲ್ಲಿ, ನೀವೇ ಸ್ವತಃ ಸ್ಟ್ರಾಬೆರಿ ಗಿಡಗಳಿಂದ ನಿಮಗೆ ಬೇಕಾದ ಸ್ಟ್ರಾಬೆರಿಯನ್ನು ಕಿತ್ತುಕೊಂಡು ತಿನ್ನುವ ಅವಕಾಶವಿದೆ (ಉಚಿತವಾಗಿ ಅಲ್ಲ). ಬಹುಶಃ ಐಸ್ ಕ್ರೀಮ್

ಅಥವಾ ಚಾಕಲೇಟ್ ಗಳಲ್ಲಿ ನೀವು ಸ್ಟ್ರಾಬೆರಿ ಸ್ವಾದವನ್ನು ಸವಿದಿರುತ್ತೀರಿ. ಇಲ್ಲಿನ ಸ್ಟ್ರಾಬೆರಿಯನ್ನು ತಿಂದಮೇಲೆಯೇ ನಿಮಗೆ ನಿಜವಾದ ಸ್ಟ್ರಾಬೆರಿಯ ರುಚಿಯ ಅನುಭವ ಗೊತ್ತಾಗುವುದು. ಇಲ್ಲಿ ಬೆಳೆಯುವ ಸ್ಟ್ರಾಬೆರಿಯಷ್ಟು ರುಚಿಯಿರುವ ಸ್ಟ್ರಾಬೆರಿಯನ್ನು ಬಹುಶಃ ನೀವು ನಿಮ್ಮ ಜೀವನದಲ್ಲೇ ತಿಂದಿರಲಾರಿರಿ. ಇಂತಹ ಅನೇಕ ಸ್ಟ್ರಾಬೆರಿ ಫಾರಂಗಳು ಇಲ್ಲಿವೆ.

ಲ್ಯಾವೆಂಡರ್ ಗಾರ್ಡನ್: ಲ್ಯಾವೆಂಡರ್ ತೋಟಗಳಲ್ಲಿ ಮನಸಾರೆ ಸುತ್ತಾಡಿ. ವಿವಿಧ ರೀತಿಯ ಸುವಾಸನೆಭರಿತ ಲ್ಯಾವೆಂಡರ್ ಗಳ ನಡುವೆ ಪಯಣದ ಅನುಭವವನ್ನು ಇಲ್ಲಿ ಆನಂದಿಸಬಹುದು. ಇಲ್ಲಿನ ಫ್ರೆಶ್ ಲ್ಯಾವೆಂಡರ್ ಗಳಿಂದ ಸ್ಥಳದಲ್ಲೇ ಸಿದ್ಧ ಮಾಡಿ ಕೊಡುವ ಲ್ಯಾವೆಂಡರ್ ಐಸ್ ಕ್ರೀಮ್ ಅನ್ನು ತಿನ್ನಲು ಮರೆಯದಿರಿ.

ಜೇನು ಫಾರಂ: ಜೇನು ಸಾಕಣೆ, ಜೇನುನೊಣಗಳಿಂದ ಜೇನುತುಪ್ಪದ ಸ್ವಾಭಾವಿಕ ಉತ್ಪಾದನೆ ಇವುಗಳ ಬಗ್ಗೆ ನೀವು ತಿಳಿಯಬಯಸಿದರೆ ಇಲ್ಲಿನ ಹನಿ ಫಾರಂ ಗೆ ಭೇಟಿ ನೀಡಿ. ಈ ಹನಿ ಫಾರಂ ಕೇಂದ್ರಗಳು ನಿಮಗೆ ಜೇನುನೊಣಗಳ ಜೀವನಚಕ್ರ ಹಾಗೂ ಜೇನುತುಪ್ಪದ ವಿವಿಧ ಉಪಯೋಗಗಳ ಬಗ್ಗೆ ಒಂದು ನೋಟವನ್ನು ನೀಡುತ್ತವೆ. ರುಚಿಯಾದ ಜೇನಿನ ಉತ್ಪನ್ನಗಳನ್ನು ಸವಿಯಬಹುದು ಕೂಡ.

ಪಾಪಾಸುಕಳ್ಳಿ (ಕ್ಯಾಕ್ಟಸ್) ಫಾರಂ: ಬ್ರಿಂಚಾಂಗ್‌ನಲ್ಲಿರುವ ಕಳ್ಳಿ ಕಣಿವೆಯು ಮೊನಚಾದ ವಿವಿಧ ರೀತಿಯ, ವಿವಿಧ ಜಾತಿ/ಪ್ರಬೇಧದ ಆಕರ್ಷಕ ವೈವಿಧ್ಯಮಯ ಪಾಪಾಸುಕಳ್ಳಿಗೆ ನೆಲೆಯಾಗಿದೆ. ಇಲ್ಲಿನ ಕೆಲವು ಪಾಪಾಸುಕಳ್ಳಿ ಗಿಡಗಳು 60 ವರ್ಷಗಳಷ್ಟು ಹಳೆಯವು ಎಂದರೆ ನೀವು ನಂಬಲೇಬೇಕು. ಪಾಪಾಸುಕಳ್ಳಿಗಳ ಬಗ್ಗೆ ಕುತೂಹಲ ಇರುವವರು ಇಲ್ಲಿಗೆ ಭೇಟಿನೀಡಬಹುದು.

ಕ್ಯಾಮರೂನ್ ಹೈಲ್ಯಾಂಡ್ಸ್ ವರ್ಷಪೂರ್ತಿ ಭೇಟಿನೀಡಬಹುದಾದ ತಾಣವಾಗಿದೆ. ಆದರೆ ಇಲ್ಲಿ ಮಳೆ ಹೆಚ್ಚಾಗಿರುವುದರಿಂದ ಮುಂಚಿತವಾಗಿ ಇಲ್ಲಿನ ಹವಾಮಾನವನ್ನೊಮ್ಮೆ ತಿಳಿದುಕೊಂಡು ಭೇಟಿ ನೀಡುವುದು ಉತ್ತಮ. ರಜಾದಿನ ಹಾಗು ವಾರಾಂತ್ಯಗಳಲ್ಲಿ ಸ್ಥಳೀಯ ಮಲೇಶಿಯನ್ನರು ದೇಶದ ವಿವಿಧ ಮೂಲೆಗಳಿಂದ ಕ್ಯಾಮರಾನ್ ಹೈಲ್ಯಾಂಡ್ ಗೆ ಲಗ್ಗೆ ಇಡುತ್ತಾರೆ. ಇಲ್ಲಿನ ರಸ್ತೆಗಳು ಅತಿ ಕಿರಿದಾಗಿದ್ದು, ಟ್ರಾಫಿಕ್ ಜಾಮ್ ಇಲ್ಲಿ ಸರ್ವೇಸಾಮಾನ್ಯ. ಕಳೆದ ಬಾರಿ ನಾನು ನನ್ನ ಪತ್ನಿ ಜೊತೆ ಕ್ಯಾಮರಾನ್ ಗೆ ಹೋಗಿದ್ದಾಗ ಸುಮಾರು ಒಂದೂವರೆ ಗಂಟೆಗಳ ಕಾಲ ನಿರಂತರ ಟ್ರಾಫಿಕ್ ಜಾಮ್ ನಿಂದಾಗಿ ಟ್ಯಾಕ್ಸಿಯಲ್ಲೇ ಕುಳಿತಿದ್ದೇವೆಂದರೆ ನಂಬಿ. ಹಾಗಾಗಿ ಆದಷ್ಟೂ ವಾರದ ದಿನಗಳಲ್ಲಿ ಭೇಟಿ

ನೀಡುವಂತೆ ಪ್ಲಾನ್ ಮಾಡಿಕೊಳ್ಳಿ. ನವೆಂಬರ್ ನಿಂದ ಫೆಬ್ರವರಿ ತಿಂಗಳಲ್ಲಿ ಹೆಚ್ಚು ಮಳೆ ಇರುತ್ತದೆಯಾದ್ದರಿಂದ ಆದಷ್ಟೂ ಈ ಸಮಯದಲ್ಲಿ ಭೇಟಿನೀಡುವುದಾದರೆ ಹುಷಾರಾಗಿರಿ. ವಿಪರೀತ ಚಳಿಯಿದ್ದು, ಬೆಚ್ಚನೆ ಬಟ್ಟೆಗಳನ್ನು ಪ್ಯಾಕ್ ಮಾಡಿಕೊಂಡು ಬಂದಿದ್ದರೆ ಉತ್ತಮ. ಟ್ರಾಫಿಕ್ ಜಾಮ್ ನಲ್ಲಿ ಸಿಕ್ಕಿಹಾಕಿಕೊಂಡಾಗ ಕೆಲವೊಮ್ಮೆ ಮಾತಾಡಿದ್ದಕ್ಕಿಂತ ಹೆಚ್ಚು ಹಣವನ್ನು ಟ್ಯಾಕ್ಸಿ ಅವರಿಗೆ ಕೊಡಬೇಕಾಗಬಹುದು. ಹಾಗಾಗಿ ಆದಷ್ಟೂ ಪ್ಯಾಕೇಜ್ ಟ್ರಿಪ್ ಮಾತಾಡಿಕೊಂಡು ಹೋಗುವುದು ಉತ್ತಮ. ಇನ್ನು ಊಟ-ತಿಂಡಿಗೆ ಯಾವುದೇ ತೊಂದರೆಯಿಲ್ಲ. ನೀವು ಉಳಿದುಕೊಂಡಿರುವ ಹೋಟೆಲಿನಲ್ಲಿಯೇ ಭಾರತೀಯ ಶೈಲಿಯ ಊಟ ಸಿಗಬಹುದು. ಒಂದು ವೇಳೆ ಸಿಗಲಿಲ್ಲವಾದರೆ ಯೋಚನೆಯಿಲ್ಲ. ಭಾರತೀಯ ಶೈಲಿಯ ಬಹಳ ರೆಸ್ಟೋರೆಂಟುಗಳು ಇಲ್ಲಿವೆ. ಇಡ್ಲಿ, ದೋಸೆ, ಚಪಾತಿ, ಅನ್ನ-ಸಾಂಬಾರ್,ಮೊಸರನ್ನ,ಪೊಂಗಲ್ ನಂತಹ ಎಲ್ಲ ರೀತಿಯ ಮೆನು ಕೂಡ ಇಲ್ಲಿ ಲಭ್ಯ. ಇನ್ನು ನೀವು ನಾನ್ ವೆಜ್ ಪ್ರಿಯರಾಗಿದ್ದರೆ ಹೇಳುವಂತೆಯೇ ಇಲ್ಲ. ನಿಜ ಹೇಳಬೇಕೆಂದರೆ ಸಸ್ಯಾಹಾರಿಗಳಿಗಿಂತ ನಾನ್ ವೆಜ್ ಪ್ರಿಯರಿಗೇ ಇಲ್ಲಿ ಅವಕಾಶ ಹೆಚ್ಚು. ಹಾಗಾಗಿ ಊಟ-ತಿಂಡಿಯ ಬಗ್ಗೆ ಯೋಚನೆ ಮಾಡುವ ಹಾಗೆಯೇ ಇಲ್ಲ. ನೀವು ಮಲೇಷ್ಯಾ ಪ್ರವಾಸ ಬರುವ ಹಾಗಿದ್ದರೆ ಈಗಲೇ ನೆನಪಿಟ್ಟುಕೊಳ್ಳಿ. ಪ್ರವಾಸಿಗರ ಸ್ವರ್ಗ ಕ್ಯಾಮರಾನ್ ಹೈಲ್ಯಾಂಡ್ ನೋಡಿಯೇ ವಾಪಾಸ್ ಹೋಗುವಂತೆ ಪ್ಲಾನ್ ಮಾಡಿಕೊಳ್ಳಿ.

7

ಮಲೇಷಿಯಾದ ಸುಂದರ ಕಡಲತೀರ – ಪೋರ್ಟ್ ಡಿಕ್ಸನ್

ಪೋರ್ಟ್ ಡಿಕ್ಸನ್, ಅಥವಾ ಸಂಕ್ಷಿಪ್ತವಾಗಿ ಪಿಡಿ, ಕೌಲಾಲಂಪುರಕ್ಕೆ ಅತ್ಯಂತ ಹತ್ತಿರದ ಬೀಚ್. ಕೌಲಾಲಂಪುರದಿಂದ ಕೇವಲ ತೊಂಬತ್ತು ಕಿಲೋಮೀಟರ್ ದೂರದಲ್ಲಿರುವ ಪಿಡಿ, ಸಾವಿರಾರು ಜನಗಳು ಪ್ರತಿನಿತ್ಯ ಭೇಟಿನೀಡುವ ಅತ್ಯಂತ ಪ್ರಸಿದ್ಧ ಕಡಲತೀರವಾಗಿದ್ದು, ಒಂದು ಅಥವಾ ಎರಡು ದಿನಗಳ ಪ್ರವಾಸಕ್ಕೆ ಹೇಳಿ ಮಾಡಿಸಿದ ಜಾಗ. ಇದೊಂದು ಬೀಚುಗಳ ಸಮೂಹವಾಗಿದ್ದು ಒಂದು ಡಜನ್ನಿಂತಲೂ ಹೆಚ್ಚು ಕಡಲತೀರಗಳಿವೆ. ಕೌಲಾಲಂಪುರಕ್ಕೆ ಅತಿ ಸಮೀಪದಲ್ಲಿ ಇರುವುದರಿಂದ ವಾರಾಂತ್ಯಗಳಲ್ಲಿ ತುಸು ಹೆಚ್ಚೇ ಜನಸಂದಣಿ ಇರುತ್ತದೆ.

ಇತಿಹಾಸವನ್ನು ಕೆದಕಿ ನೋಡಿದಾಗ ಪೋರ್ಟ್ ಡಿಕ್ಸನ್ ಪಟ್ಟಣವು ಇದ್ದಿಲಿನ ಉತ್ಪಾದನೆಗೆ ಪ್ರಸಿದ್ಧವಾಗಿತ್ತೆಂದು ತಿಳಿದುಬರುತ್ತದೆ. ಮಲೇಷಿಯಾದ ಭಾಷೆ (ಬಹಸ ಮಲಯ) ಯಲ್ಲಿ ಇದ್ದಿಲನ್ನು ಅರಂಗ್ ಎನ್ನುತ್ತಾರೆ. ಹಾಗಾಗಿ ಈ ಪಟ್ಟಣವು ಅರಂಗ್ ಎಂದು ಕರೆಯಲ್ಪಡುತ್ತಿತ್ತು. ಇತಿಹಾಸಿಕವಾಗಿ ನೋಡಿದಾಗ ಪೋರ್ಟ್ ಡಿಕ್ಸನ್ ಮತ್ತು ಹತ್ತಿರದ ಲುಕುಟ್ ಸೆಲಾಂಗೋರ್ನ ಭಾಗವಾಗಿತ್ತು. 30 ಜುಲೈ 1880 ರಂದು, ಸಿಂಗಾಪುರದಲ್ಲಿ ಸುಲ್ತಾನ್ ಅಬ್ದುಲ್ ಸಮದ್ (ಆಗಿನ ಸಿಲಾಂಗೂರ್ನ ಸುಲ್ತಾನ್), ರಾಜಾ ಬೋಟ್ ಸುಂಗ್ಯೆ ಉಜೊಂಗ್ನ ಡಾಟೋ ಕೆಲಾನ ಹಾಗೂ ಬ್ರಿಟಿಷರ ನಡುವೆ ನಡೆದ ಸಭೆಯಲ್ಲಿ ಲುಕುಟ್ಟಿಂದ ಸುಂಗ್ಯೆ

ಉಜಾಂಗ್ ಆಗಿ ರೂಪಾಂತರಗೊಂದಿತು. 1820 ರ ಸಮಯದಲ್ಲಿ ಪೋರ್ಟ್ ಡಿಕ್ಸನ್ ಜಿಲ್ಲೆಯೊಳಗಿನ ಲುಕುಟ್ನಲ್ಲಿ ಟಿನ್ ಅದಿರು ಸಮ್ಯದ್ಧವಾಗಿತ್ತು ಮತ್ತು ಇದು ಚೀನಾದ ಗಣಿಗಾರರನ್ನು ಆಕರ್ಷಿಸಿತು. ಈ ಪ್ರದೇಶವನ್ನು ಒಂದು ದೊಡ್ಡ ಬಂದರು ಎಂದು ಪರಿಗಣಿಸಿದ ಡಿಕ್ಸನ್ ಎಂಬ ಬ್ರಿಟಿಷ್ ಅಧಿಕಾರಿ ಇದನ್ನು ಆಕ್ರಮಿಸಲು ಉದ್ದೇಶಿಸಿದರು. ಹಾಗಾಗಿ ಪೋರ್ಟ್ ಡಿಕ್ಸನ್ ಎಂಬ ಹೆಸರು ಇದಕ್ಕೆ ಬಂದಿತು. ಕೌಲಾಲಂಪುರದಿಂದ ಕೇವಲ ತೊಂಭತ್ತು ಕಿಲೋಮೀಟರ್ ದೂರದಲ್ಲಿರುವ ಪೋರ್ಟ್ ಡಿಕ್ಸನ್ ಕಡಲತೀರದ ಒಂದಷ್ಟು ಪ್ರಮುಖ ಆಕರ್ಷಣೆಗಳ ಪಟ್ಟಿ ಇಲ್ಲಿದೆ:

ಕೇಪ್ ರಾಚಾಡೋ ಲೈಟ್ ಹೌಸ್ : 1863 ರಲ್ಲಿ ನಿರ್ಮಿತವಾದ ಗೆಜೆಟೆಡ್ ಟಾಂಜುಂಗ್ ತುವಾನ್ ಅರಣ್ಯ ಮತ್ತು ವನ್ಯಜೀವಿ ಅಭಯಾರಣ್ಯದ ಗುಡ್ಡಗಾಡು ಪ್ರದೇಶದಲ್ಲಿರುವ ಈ ಐತಿಹಾಸಿಕ ಲೈಟ್ ಹೌಸ್ ಮಲೇಷಿಯಾದ ಅತ್ಯಂತ ಹಳೆಯ ಲೈಟ್ ಹೌಸ್ ಆಗಿದ್ದು ಪೋರ್ಟ್ ಡಿಕ್ಸನ್ ನ ಜನಪ್ರಿಯ ಪ್ರವಾಸಿ ಆಕರ್ಷಣೆಯಾಗಿದೆ. ಮಲಾಕಾ ಜಲಸಂಧಿಯನ್ನು ಪ್ರವೇಶಿಸುವಾಗ ಪೋರ್ಚುಗೀಸ್ ಹಡಗುಗಳಿಗೆ ಮಾರ್ಗದಶಿಯಾಗಲೆಂದು ಇಲ್ಲಿನ ಲೈಟ್ ಹೌಸ್ ಅನ್ನು ನಿರ್ಮಿಸಲಾಗಿದೆ.

ಆರ್ಮಿ ಮ್ಯೂಸಿಯಂ : ಮಲೇಷಿಯಾದ ಸ್ವಾತಂತ್ರ್ಯ ಪೂರ್ವ ಮತ್ತು ನಂತರದ ಮಿಲಿಟರಿ ಕಥೆಗಳನ್ನು ತಿಳಿದುಕೊಳ್ಳಲು ಇಲ್ಲಿನ ಆರ್ಮಿ ಮ್ಯೂಸಿಯಂ ಹೇಳಿ ಮಾಡಿಸಿದ ಜಾಗ. ಸೇನಾ ನೆಲೆಯ ಪಕ್ಕದಲ್ಲಿ, ಪೋರ್ಟ್ ಡಿಕ್ಸನ್ ಪಟ್ಟಣ ಕೇಂದ್ರದಿಂದ ಸುಮಾರು 7 ಕಿಮೀ ದೂರದಲ್ಲಿರುವ ಈ ಆರ್ಮಿ ಮ್ಯೂಸಿಯಂ ಮಲೇಷಿಯಾದ ಮಿಲಿಟರಿ ಸಾಧನೆಗಳು, ಮಿಲಿಟರಿ ವಾಹನಗಳು ಮತ್ತು ವಿಮಾನಗಳು, ಟ್ಯಾಂಕರುಗಳು ಮತ್ತು ಫಿರಂಗಿ ಬಂದೂಕುಗಳು ಸೇರಿದಂತೆ ಮಲೇಷಿಯಾದ ಸೈನಿಕರ ವೀರಗಾಥೆಯ ಪರಿಚಯ ಮಾಡಿಸುತ್ತದೆ.

ಪಿಡಿ ಆಸ್ಟ್ರಿಚ್ ಮತ್ತು ಸಾಕುಪ್ರಾಣಿಗಳ ಫಾರ್ಮ್ : ಪೋರ್ಟ್ ಡಿಕ್ಸನ್ ಆಸ್ಟ್ರಿಚ್ ಸಾಕುಪ್ರಾಣಿಗಳ ಪ್ರದರ್ಶನ ಫಾರ್ಮ್ ನಲ್ಲಿ ಆಸ್ಟ್ರಿಚ್ ಸೇರಿದಂತೆ ವಿವಿಧ ಪ್ರಾಣಿ ಪಕ್ಷಿಗಳು ಕಾಣಸಿಗುತ್ತವೆ. ಸುಮಾರು ನೂರೈವತ್ತು ಕೆಜಿ ತೂಗಬಲ್ಲ ಆಸ್ಟ್ರಿಚ್ ಪಕ್ಷಿಗಳು ಇಲ್ಲಿವೆ ಎಂದರೆ ನೀವು ನಂಬಲೇಬೇಕು. ಮಕ್ಕಳು ತಮ್ಮ ಕೈಯಾರೆ ಈ ಪಕ್ಷಿಗಳಿಗೆ ತಿನ್ನಿಸುವ ಆನಂದವನ್ನು ನೀವು ನೋಡಿದರೇನೇ ಅರ್ಥವಾಗುವುದು. ಅಷ್ಟೇ ಅಲ್ಲ, ಸ್ವಲ್ಪ ಧೈರ್ಯವಂತ ಮಕ್ಕಳು ಇಲ್ಲಿನ ಆಸ್ಟ್ರಿಚ್ ಪಕ್ಷಿಯ ಮೇಲೆ ಕುಳಿತು, ಒಂಟೆ ಸವಾರಿ, ಕುದುರೆ ಸವಾರಿಯಂತೆ ಆಸ್ಟ್ರಿಚ್ ಸವಾರಿ ಕೂಡ ಹೋಗಬಹುದು. ಕೋಳಿಗಳು, ಮೇಕೆ, ಕತ್ತೆ, ಒಂಟೆ, ಹಾವು, ಮೊಲ, ಕುದುರೆ ಮತ್ತು ಮೀನುಗಳು ಸೇರಿದಂತೆ ಇತರ ಸಾಕು ಪ್ರಾಣಿಗಳು ಹಾಗು ಆಸ್ಟ್ರಿಚ್

ಪಕ್ಷಿಗಳ ಜೊತೆ ಸೆಲ್ಫಿ ತೆಗೆದುಕೊಳ್ಳಬಹುದು. ಅಷ್ಟೇ ಅಲ್ಲದೆ ಇಲ್ಲಿನ ಸುಂದರ ತೋಟಗಳಲ್ಲಿ ಸುತ್ತಾಡಬಹುದು.

ವಾನ್ ಲೂಂಗ್ ಚೈನೀಸ್ ದೇವಸ್ಥಾನ: ಪಿಡಿ ವರ್ಲ್ಡ್ ಮರೀನಾ ರೆಸಾರ್ಟ್ ಎದುರು ಇರುವ ಸುಂದರವಾದ ಚೀನೀ ದೇವಾಲಯವಾದ ವಾನ್ ಲೂಂಗ್ ಚೈನೀಸ್ ದೇವಸ್ಥಾನಕ್ಕೆ ಭೇಟಿ ನೀಡದೆ ಪೋರ್ಟ್ ಡಿಕ್ಸನ್ ಪ್ರವಾಸ ಪೂರ್ಣಗೊಳ್ಳುವುದಿಲ್ಲ. ಈ ದೇವಾಲಯ ಪೋರ್ಟ್ ಡಿಕ್ಸನ್ ನ ಪ್ರಸಿದ್ಧ ಪ್ರವಾಸಿ ಆಕರ್ಷಣೆಗಳಲ್ಲಿ ಒಂದಾಗಿದೆ. 'ಡ್ರ್ಯಾಗನ್ಸ್ ಆಫ್ ದಿ ಕ್ಲೌಡ್ಸ್', ಎಂದು ಕರೆಯಲ್ಪಡುವ ಈ ದೇವತೆಯ ಚೀನೀಯರ ಬಹು ನಂಬುಗೆಯ ದೇವತೆಗಳಲ್ಲಿ ಒಂದು. ಭವ್ಯವಾದ ಕೋಟೆಯ ಗೋಡೆ ಮತ್ತು ದೇವಾಲಯದ ವಿಶಿಷ್ಟ ವಾಸ್ತುಶಿಲ್ಪದಿಂದಾಗಿ ನಿತ್ಯ ನೂರಾರು ನೂರಾರು ಪ್ರವಾಸಿಗರನ್ನು ಈ ದೇವಾಲಯ ತನ್ನೆಡೆಗೆ ಸೆಳೆಯುತ್ತಿದೆ.

ವೈಲ್ಡ್ ವೆಸ್ಟ್ ಕೌಬಾಯ್ ಥೀಮ್ ಪಾರ್ಕ್: ವೈಲ್ಡ್ ವೆಸ್ಟ್ ಕೌಬಾಯ್ ಥೀಮ್ ಪಾರ್ಕ್ ಪೋರ್ಟ್ ಡಿಕ್ಸನ್ನಿನ ಇನ್ನೊಂದು ಪ್ರಮುಖ ಆಕರ್ಷಣೆ. ಚಿಕ್ಕ ಮಕ್ಕಳಿಗಾಗಿ ವಿವಿಧ ರೀತಿಯ ಸವಾರಿಗಳು, ಇಂಟರಾಕ್ಟಿವ್ ಗೇಮುಗಳು ಸೇರಿದಂತೆ 5ಡಿ ಮತ್ತು 7ಡಿ ಸಿನಿಮಾ ಹಾಲ್ ಕೂಡ ಇಲ್ಲಿದೆ. ವಿವಿಧ ರೀತಿಯ ಸಾಹಸಗಳು, ಆರ್ಕೇಡ್ ಆಟಗಳು, ಸ್ಕಂಕ್ ಇಂಟರಾಕ್ಟಿವ್ ಶೋ, ಮೋಜಿನ ಆಟಗಳು ಮತ್ತು ಅವೇಕ್ ಎಸ್ಕೇಪ್ ರೂಮ್ ಆಟವನ್ನು ಈ ಥೀಮ್ ಪಾರ್ಕ್ ಒಳಗೊಂಡಿದೆ. ಈ ಅನುಭವವನ್ನು ಖಂಡಿತ ಮಿಸ್ ಮಾಡಲೇಬೇಡಿ.

ಇಷ್ಟೆಲ್ಲಾ ಹೇಳಿ ಇಲ್ಲಿನ ಅತಿ ಪ್ರಮುಖ ಆಕರ್ಷಣೆಯಾದ ಇಲ್ಲಿನ ಬೀಚುಗಳ ಬಗ್ಗೆ ಹೇಳದೆ ಇರಲಾದೀತೇ? ಪೋರ್ಟ್ ಡಿಕ್ಸನ್ ನಲ್ಲಿ ಅತ್ಯಂತ ಜನಪ್ರಿಯವಾದ ವಿಷಯವೆಂದರೆ ಅದರ ಕಡಲತೀರಗಳು. ಸಮುದ್ರದಂಡೆಯಿಂದ ಸುಮಾರು 50 ಮೀಟರ್ ವರೆಗೆ ಅಷ್ಟಾಗಿ ಆಳ ಇಲ್ಲ. ಹಾಗಾಗಿ ಈ ಕಡಲತೀರಗಳು ಮಕ್ಕಳು ಸಮುದ್ರದ ಅಲೆಗಳ ಜೊತೆ ಆಟವಾಡಲು ಹೇಳಿಮಾಡಿಸಿದಂತಿದೆ. ಅವಿಲಿಯನ್ ನ ದಕ್ಷಿಣದಲ್ಲಿರುವ ಬೀಚ್, ತುಮಾಸೆಕ್ ಬೀಚ್ ಗಳು ಸುಂದರವಾದ ಆಟದ ಮೈದಾನ, ಕಾರ್ ಪಾರ್ಕಿಂಗ್ ಮತ್ತು ಶೌಚಾಲಯಗಳಂತಹ ಕೆಲವು ಮೂಲಭೂತ ಸೌಲಭ್ಯಗಳನ್ನು ಕೂಡ ಹೊಂದಿದೆ. ಅಷ್ಟೇ ಅಲ್ಲದೆ ಇಲ್ಲಿನ ಸೂರ್ಯಾಸ್ತ ದೃಶ್ಯವನ್ನು ವೀಕ್ಷಿಸಲೆಂದೇ ವಾರಾಂತ್ಯಗಳಲ್ಲಿ ಸಾವಿರಾರು ಜನರು ಇಲ್ಲಿಗೆ ಬರುತ್ತಾರೆ.

ಕೌಲಾಲಂಪುರಕ್ಕೆ ಅತಿ ಸಮೀಪದಲ್ಲಿ ಇರುವುದರಿಂದ ಇಲ್ಲಿಗೆ ಸಾಕಷ್ಟು ಬಸ್ ಸೌಕರ್ಯವಿದೆ. ಆದರೂ ಒಂದು ದಿನದ ಮಟ್ಟಿಗೆ ಸುತ್ತಮುತ್ತ ಸುತ್ತಾಡಲು (ಸ್ಕೈಟ್

ಸೀಯಿಂಗ್) ಇದು ಹೇಳಿ ಮಾಡಿಸಿದ ಜಾಗವಾದ್ದರಿಂದ ಕೌಲಾಲಂಪುರ ಸಿಟಿಯಿಂದ ಟ್ಯಾಕ್ಸಿಯೊಂದನ್ನು ಮಾಡಿಕೊಂಡು ಹೋಗುವುದು ಉತ್ತಮ. ಇನ್ನು ಊಟ ತಿಂಡಿ ಬಗ್ಗೆ ಯೋಚನೆಯೇ ಬೇಡ. ಅದರಲ್ಲೂ ನೀವು ಸೀಫುಡ್ ಪ್ರಿಯರಾಗಿದ್ದರಂತೂ ಬಗೆಬಗೆಯ ಮೀನಿನ ಸವಿಯನ್ನು ಸವಿಯಲು ಪೋರ್ಟ್ ಡಿಕ್ಸನ್ ಹೇಳಿ ಮಾಡಿಸಿದ ಜಾಗ.

ಹಾ! ಅಂದಹಾಗೆ ಇಲ್ಲಿನ ರೆಸಾರ್ಟುಗಳು ಬಹಳ ಪ್ರಸಿದ್ಧಿ. ಪೋರ್ಟ್ ಡಿಕ್ಸನ್ ಗೆ ಭೇಟಿ ನೀಡುವ ಮುನ್ನ ನಿಮಗಿಷ್ಟವಾದ, ನಿಮ್ಮ ಬಜೆಟ್ ಗೆ ಸರಿಹೊಂದುವ ಹೋಟೆಲ್ ಅನ್ನು ಮುಂಚೆಯೇ ಬುಕ್ ಮಾಡಿಕೊಂಡು ಹೋಗುವುದು ಜೇಬಿಗೂ ಹಿತ.

8
ಸಿಟಿ ಆಫ್ ಎಂಟರ್ಟೈನ್ಮೆಂಟ್ - ಗೆಂಟಿಂಗ್ ಹೈಲ್ಯಾಂಡ್ಸ್

ಗೆಂಟಿಂಗ್ ಹೈಲ್ಯಾಂಡ್ಸ್ ಹತ್ತಾರು ದಶಲಕ್ಷ ವರ್ಷಗಳಷ್ಟು ಹಳೆಯದಾದ ದಟ್ಟ ಹಸಿರು ಮಳೆಕಾಡಿನ ನಡುವೆ ಇರುವ ಒಂದು ತಂಪಾದ ಗಿರಿಧಾಮವಾಗಿದ್ದು, ಮಲೇಷಿಯಾದ ರಾಜಧಾನಿ ಕೌಲಾಂಪುರದಿಂದ ಕೇವಲ 50 ಕಿ.ಮೀ ದೂರದಲ್ಲಿದೆ. ಕೌಲಾಂಪುರದಿಂದ ಸಮೀಪದಲ್ಲಿರುವುದರಿಂದ ಸಹಜವಾಗಿ ಇದು ಪ್ರತಿದಿನ ನೂರಾರು ಪ್ರವಾಸಿಗರನ್ನು ಕೈಬೀಸಿ ತನ್ನತ್ತ ಸೆಳೆಯುತ್ತಿದೆ. ಒಳಾಂಗಣ ಮತ್ತು ಹೊರಾಂಗಣ ಥೀಮ್ ಪಾರ್ಕ್‌ಗಳು, 18-ಹೋಲ್ ಗಳುಳ್ಳ ವಿಶಾಲವಾದ ಗಾಲ್ಫ್ ಕೋರ್ಸ್, ಕ್ಯಾಸಿನೊ ಮತ್ತು ಸ್ಟ್ರಾಬೆರಿ ಫಾರ್ಮ್, ಇವೆಲ್ಲಕ್ಕೂ ಮುಕುಟಪ್ರಾಯವೆನ್ನುವಂತೆ ಇಲ್ಲಿನ ಕೇಬಲ್ ಕಾರ್ ಪ್ರಯಾಣ - ಇವೆಲ್ಲಾ ಇಲ್ಲಿನ ಪ್ರಮುಖ ಆಕರ್ಷಣೆಗಳು. ಅಸೆಲಿಂಗ್, ಒಳಾಂಗಣ ರಾಕ್ ಕ್ಲೈಂಬಿಂಗ್ (ಪರ್ವತಾರೋಹಿ ಸಾಹಸಗಳು) ಮತ್ತು ಇನ್ನಿತರ ಸಾಹಸ ಕ್ರೀಡೆಗಳಿಗೆ ಇದು ಪ್ರಸಿದ್ಧಿಯಾಗಿದೆ. ಸಮುದ್ರಮಟ್ಟದಿಂದ 1800 ಮೀಟರ್ ಇರುವ ಈ ಹೈಲ್ಯಾಂಡ್, ಅತ್ಯಂತ ಅತ್ಯಾಧುನಿಕ ಸೌಲಭ್ಯಗಳೊಡನೆ ಕೂಡಿದ ರೆಸಾರ್ಟ್‌ಗಳಿಗೆ ಹೆಸರುವಾಸಿಯಾಗಿದೆ. ಊಟಿ, ಕೊಡೈಕೆನಾಲ್ ಗಳಂತೆಯೇ ವರ್ಷದ ಎಲ್ಲಾ ದಿನಗಳಲ್ಲೂ ತಂಪಾದ ಹವಾಮಾನವನ್ನು ಹೊಂದಿರುತ್ತದೆ. ಕೌಲಾಂಪುರಕ್ಕೆ ಸನಿಹವಿದ್ದು, ಉನ್ನತ ಶ್ರೇಣಿಯ ಸ್ಟಾರ್ ಹೋಟೆಲುಗಳು,

ರೆಸಾರ್ಟ್ಗಳು, ತಂಪಾದ ವಾತಾವರಣ, ಇಲ್ಲಿನ ಕ್ಯಾಸಿನೋಗಳು, ಥೀಮ್ ಪಾರ್ಕ್ -ಇವೆಲ್ಲವೂ ಒಟ್ಟಿಗೆ ಮೇಳೈಸಿರುವುದರಿಂದ ಗೆಂಟಿಂಗ್ ಅನ್ನು ಮನರಂಜನೆಯ ನಗರ (ಸಿಟಿ ಆಫ್ ಎಂಟಟ್ರ್ಯನ್ಮೆಂಟ್) ಎಂದು ಕರೆಯುತ್ತಾರೆ.

ರಾಜಧಾನಿ ಕೌಲಾಲಂಪುರದ ಬಳಿ ರೆಸಾರ್ಟ್ ಅನ್ನು ನಿರ್ಮಿಸುವ ಆಲೋಚನೆಯು ಮಲೇಷಿಯಾದ ಚೀನಾದ ಉದ್ಯಮಿ ಲಿಮ್ ಗೋಹ್ ಟಾಂಗ್ ಅವರಿಗೆ ಬಂದಿತು. ಹೀಗಾಗಿ ಅವರು ಕ್ಯಾಮರೂನ್ ಹೈಲ್ಯಾಂಡ್ಸ್ನಲ್ಲಿ ಈ ರೆಸಾರ್ಟ್ ಅನ್ನು ಮಾಡಲು ಯೋಚಿಸಿದರು. ಆದರೆ ಕ್ಯಾಮರೂನ್ ಹೈಲ್ಯಾಂಡ್ಸ್ ಕೌಲಾಲಂಪುರದಿಂದ ಬಹಳ ದೂರದಲ್ಲಿರುವುದರಿಂದ ಕೌಲಲಂಪುರಕ್ಕೆ ಸಮೀಪದಲ್ಲಿ ಯಾವುದಾದರೂ ಸೂಕ್ತ ಸ್ಥಳವಿರಬಹುದು ಎಂದು ಶೋಧಿಸಹತ್ತಿದರು. ಹೀಗೆ ಕೌಲಾಲಂಪುರದ ನಕ್ಷೆಗಳು ಮತ್ತು ಸುತ್ತಮುತ್ತಲಿನ ಪ್ರದೇಶಗಳನ್ನು ಸಂಶೋಧಿಸಿದ ನಂತರ ಕೌಲಾಲಂಪುರ ಸನಿಹದಲ್ಲೇ ಅಂದರೆ ಸುಮಾರು 50 ಕಿ.ಮೀ. ದೂರದಲ್ಲೇ ಇರುವ ಗೆಂಟಿಂಗ್ ಅನ್ನು ತನ್ನ ಪ್ರಾಜೆಕ್ಟಿಗೆ ಸೂಕ್ತ ಸ್ಥಳವೆಂದು ನಿರ್ಧರಿಸಿದರು. ನಂತರ ಅವರು 27 ಏಪ್ರಿಲ್ 1965 ರಂದು ಮಲೇಷಿಯಾದ ಪ್ರಸಿದ್ಧ ರಾಜಕಾರಣಿ ಮೊಹಮದ್ ನೋವಾ ಒಮರ್ ಅವರೊಂದಿಗೆ ಗೆಂಟಿಂಗ್ ಹೈಲ್ಯಾಂಡ್ಸ್ ಬೆರ್ಹಾದ್ (ಈಗ ಗೆಂಟಿಂಗ್ ಗ್ರೂಪ್) ಎಂಬ ಖಾಸಗಿ ಕಂಪನಿಯನ್ನು ಸ್ಥಾಪಿಸಿದರು ಮತ್ತು ಈ ಕೆಲಸಕ್ಕೆ ಬೇಕಾಗುವ ಭೂಮಿಯನ್ನು ಪಡೆಯಲು ಯಶಸ್ವಿಯಾಗಿ ಸರ್ಕಾರದ ಅನುಮೋದನೆಯನ್ನು ಕೂಡ ಪಡೆದರು. ಹೀಗೆ ಗೆಂಟಿಂಗ್ ಅನ್ನು ಒಂದು ಪ್ರವಾಸೋದ್ಯಮ ತಾಣವಾಗಿಸುವ ಮೊದಲ ಯೋಜನೆ ರೂಪುಗೊಂಡಿತು. ನಂತರ ಅತೀ ಕಡಿಮೆ ಸಮಯದಲ್ಲೇ ಇದು ಮಲೇಷಿಯಾದ ಒಂದು ಪ್ರಮುಖ ಪ್ರವಾಸಿತಾಣವಾಗಿ ಬದಲಾದದ್ದು ಇದರ ವಿಶೇಷತೆ.

ಈ ಪರ್ವತ ಶಿಖಿರವು ಮಲೇಷಿಯಾದ ಏಷ್ಯನ್ ಶೈಲಿಯ ಲಾಸ್ ವೇಗಾಸ್ ಎಂದೇ ಹೆಸರಾಗಿದೆ. ಸರ್ಕಾರದಿಂದ ಅನುಮತಿ ಪಡೆದು ನಡೆಯುತ್ತಿರುವ ಇಲ್ಲಿನ ಕ್ಯಾಸಿನೋಗಳ ಒಳಗೆ ಒಮ್ಮೆ ಪ್ರವೇಶಿಸಿದರೆಂದರೆ ನಿಮಗೆ ಬೇರೊಂದು ಲೋಕಕ್ಕೆ ಹೋದ ಅನುಭವವಾಗುವುದು ಖಂಡಿತ. ಜೇಬಿನ ತುಂಬಾ ಎಷ್ಟೇ ಗರಿ ಗರಿ ನೋಟುಗಳನ್ನು ತುಂಬಿಸಿಕೊಂಡು ಹೋದರೂ ಕೆಲ ನಿಮಿಷಗಳಲ್ಲೇ ನಿಮ್ಮನ್ನು ಭಿಕಾರಿಯಾಗಿಸಬಲ್ಲ ಅಥವಾ ನಿಮ್ಮ ಅದೃಷ್ಟ ಚೆನ್ನಾಗಿದ್ದರೆ ಕೆಲವೇ ಗಂಟೆಗಳಲ್ಲಿ ನಿಮ್ಮನ್ನು ಕೋಟ್ಯಧಿಪತಿ ಗಳನ್ನಾಗಿಸಬಲ್ಲ ತಾಕತ್ತು ಇಲ್ಲಿನ ಕ್ಯಾಸಿನೋಗಳಿಗಿದೆ. ರಾತ್ರಿಜೀವನ (ನೈಟ್ ಲೈಫ್) ಮತ್ತು ಐಷಾರಾಮಿ ಹೋಟೆಲ್ಗಳಿಗೆ ಹೆಸರುವಾಸಿಯಾಗಿರುವ ಇದು ಫಸ್ಟ್ ವರ್ಲ್ಡ್ ಹೋಟೆಲ್ ಅನ್ನು

ಒಳಗೊಂಡಿದೆ. ಇದನ್ನು 2006 ರಲ್ಲಿ ವಿಶ್ವದ ಅತಿದೊಡ್ಡ ಹೋಟೆಲ್ ಎಂದು ಗಿನ್ನಿಸ್ ವರ್ಲ್ಡ್ ಬುಕ್ ಆಫ್ ರೆಕಾರ್ಡ್ಸ್ ಪಟ್ಟಿ ಮಾಡಿದೆ.

ಬೆಂಗಳೂರಿಗೆ ಮೆಜೆಸ್ಟಿಕ್ ಇದ್ದಂತೆ ಕೌಲಲಂಪುರದ ಹೃದಯ ಭಾಗ ಕೆ.ಎಲ್.ಸೆಂಟ್ರಲ್. ಬಸ್, ಮೊನೊ ರೈಲ್, ಮೆಟ್ರೋ ರೈಲ್, ಕೆ.ಟಿ.ಎಂ. ರೈಲ್ ಸೇರಿದಂತೆ ಎಲ್ಲ ರೀತಿಯ ಸಾರಿಗೆ ವ್ಯವಸ್ಥೆಯ ಸೆಂಟ್ರಲ್ ಪಾಯಿಂಟ್ ಇದು. ನೀವು ಮಲೇಷಿಯಾ ಪ್ರವಾಸಕ್ಕೆ ಬಂದದ್ದಾದರೆ, ಕೌಲಾಲಂಪುರದಲ್ಲಿ ನೀವು ಒಂದೆರಡು ದಿನ ಇರುವುದಾದರೆ, ಆದಷ್ಟೂ ಕೆ.ಎಲ್. ಸೆಂಟ್ರಲ್ ಹತ್ತಿರದಲ್ಲೇ ಇರುವ ಹೋಟೆಲ್ ಅನ್ನು ಬುಕ್ ಮಾಡಿಕೊಳ್ಳಿ. ಇದರಿಂದ ನಿಮಗೆ ಎರಡು ಉಪಯೋಗವಿದೆ. ಮೊದಲನೆಯದಾಗಿ ಸಂಚಾರ ವ್ಯವಸ್ಥೆ. ಬಸ್, ರೈಲ್ ಎಲ್ಲ ರೀತಿಯ ಸಂಚಾರ ವ್ಯವಸ್ಥೆಯೂ ಇರುವುದರಿಂದ ನಿಮ್ಮ ಪ್ರಯಾಣಕ್ಕೆ ಇದು ಬಹಳ ಸುಲಭ. ಇನ್ನೊಂದು ದೂಡ ಉಪಯೋಗವೆಂದರೆ ಕೆ.ಎಲ್. ಸೆಂಟ್ರಲ್ ಸನಿಹದಲ್ಲೇ ಲಿಟಲ್ ಇಂಡಿಯಾ ಇದೆ. ಲಿಟಲ್ ಇಂಡಿಯಾ - ಹೆಸರೇ ಹೇಳುವಂತೆ ಬಹುತೇಕ ಭಾರತೀಯರೇ ವಾಸಿಸುತ್ತಿರುವ ಪ್ರದೇಶ. ಈ ಲೇಖನವನ್ನು ಬರೆಯುತ್ತಿರುವ ನಾನು ವಾಸಿಸುತ್ತಿರುವುದು ಕೂಡ ಲಿಟಲ್ ಇಂಡಿಯಾದಲ್ಲೇ. ನಮ್ಮ ಮನೆಯಿಂದ ಕೆ.ಎಲ್. ಸೆಂಟ್ರಲ್ ಕೇವಲ ಕಾಲ್ನಡಿಗೆಯಷ್ಟು ದೂರ. ಇಲ್ಲಿನ ಪ್ರದೇಶದಲ್ಲಿ ಬಹುತೇಕರು ಕನ್ನಡ, ತೆಲುಗು, ತಮಿಳು, ಹಿಂದಿ ಭಾಷಿಕರೇ ಇರುವುದರಿಂದ ಸಹಜವಾಗಿ ಭಾರತೀಯ ಶೈಲಿಯ ಊಟ ತಿಂಡಿಗೂ ಅನುಕೂಲ. ಒಂದು ವೇಳೆ ಈ ಪ್ರದೇಶ ಬಿಟ್ಟು ಬೇರೆ ಕಡೆ ನೀವು ಹೋಟೆಲ್ ರೂಮ್ ಬುಕ್ ಮಾಡಿದ್ದೇ ಆದರೆ ಭಾರತೀಯ ಶೈಲಿಯ ಊಟ ತಿಂಡಿಗೆ ಸ್ವಲ್ಪ ಪರದಾಡಬೇಕಾದೀತು.   (ಕೆ.ಎಲ್.ಸೆಂಟ್ರಲ್   ಸನಿಹದಲ್ಲೇ ಎಂ.ಟಿ.ಆರ್.ಹೋಟೆಲ್ ಕೂಡ ಇದೆ. ಇಲ್ಲಿನ ಅಡಿಗೆಭಟ್ಟರು ಕೂಡ ಕನ್ನಡ ಭಾಷಿಕರೇ.) ಕೆ. ಎಲ್. ಸೆಂಟ್ರಲ್ ಬಳಿಯ ಯಾವುದಾದರೂ ಹೋಟೆಲ್ ಬುಕ್ ಮಾಡಿದರೆ ಸುತ್ತ-ಮುತ್ತ ನಿಮಗೆ ಯಾರಾದರೂ ಕನ್ನಡಿಗರು ಸಿಕ್ಕರೂ ಸಿಗಬಹುದು.

ಸರಿ ಈಗ ಮುಖ್ಯ ವಿಷಯಕ್ಕೆ ಬರೋಣ. ಕೆ. ಎಲ್. ಸೆಂಟ್ರಲ್ ಬಳಿ ಹೋಗಿ ಗೆಂಟಿಂಗ್ ಹೋಗುವ ಬಸ್ ಎಲ್ಲಿ ಸಿಗುತ್ತದೆ ಎಂದು ಯಾರನ್ನಾದರೂ ವಿಚಾರಿಸಿ ಗೆಂಟಿಂಗ್ ಬಸ್ ಅನ್ನು ಹತ್ತಿ. ಕೇವಲ ಒಂದು-ಒಂದೂವರೆ ಗಂಟೆಯ ಅವಧಿಯ ಪ್ರಯಾಣವಷ್ಟೇ. ನೀವು ಗೆಂಟಿಂಗ್ ನಲ್ಲಿರುತ್ತೀರಿ. ಒಂದು ರಾತ್ರಿಯನ್ನು ಗೆಂಟಿಂಗ್ ನಲ್ಲಿ ಕಳೆಯುವ ಪ್ಲಾನ್ ಇದ್ದರೆ, ನಿಮ್ಮ ಬಜೆಟ್ ಗೆ ಸರಿ ಹೊಂದುವ ಯಾವುದಾದರೂ ಹೋಟೆಲ್ ಬುಕ್ ಮಾಡುವ ಹಾಗಿದ್ದರೆ ಮಾಡಿಕೊಳ್ಳಿ.

ಇಲ್ಲವಾದರೆ ಹೋಟೆಲ್ ಬುಕ್ ಮಾಡುವ ಅನಿವಾರ್ಯವಿಲ್ಲ. ಬೆಳಿಗ್ಗೆ ಹೋಗಿ ಸಂಜೆ ಮತ್ತೆ ವಾಪಾಸ್ ಬಂದುಬಿಡಬಹುದು. ನಿಜವಾಗಿ ಹೇಳ್ತೇನಿ ಇಲ್ಲಿನ ಚಳಿ ಅಂತಿಂತ ಚಳಿಯಲ್ಲ. ಇದನ್ನು ತಡೆದುಕೊಳ್ಳುವುದು ತುಂಬಾ ಕಷ್ಟ. ಹಾಗಾಗಿ ಬೆಚ್ಚನೆ ಉಡುಪನ್ನು ಧರಿಸಿಕೊಂಡು ಹೋಗುವುದು ಉತ್ತಮ.

ಸರಿ. ಈಗ ನೀವು ಗೆಂಟಿಂಗ್ ನಲ್ಲಿ ಬಸ್ ಇಳಿದು ಆಯಿತು. ಮುಂದೇನು ಅಂತೀರಾ? ಸೀದಾ ಕೇಬಲ್ ಕಾರ್ ಕಡೆ ನಡೆಯಿರಿ. ಕೇಬಲ್ ಕಾರ್ ನ ಟಿಕೆಟ್ ಅಡೆದು, ಕೇಬಲ್ ಕಾರ್ ಅನ್ನು ಹತ್ತಿ ಕೂರಿ. ಇಲ್ಲಿನ ಕೇಬಲ್ ಕಾರ್ ಪ್ರಯಾಣದ ಅನುಭವದ ಮಜವೇ ಬೇರೆ. ದಟ್ಟ ಹಸಿರು ಕಾಡಿನ ದರ್ಶನವನ್ನು ಮಾಡಿಸುತ್ತ ನಿಮ್ಮನ್ನು ಬೆಟ್ಟದ ಇನ್ನೊಂದು ತುದಿಗೆ ತಲುಪಿಸುತ್ತದೆ. ಈ ಪಯಣ ನಿಮ್ಮ ಜೀವನದಲ್ಲಿ ಮರೆಯಲಾಗದ ಅನುಭವನ್ನು ನೀಡುವುದಂತೂ ಖರೆ.

ಅವಾನಾ ಸ್ಕ್ಯ ಸೆಂಟ್ರಲ್ ಸೇರಿದಂತೆ ಇಲ್ಲಿನ ಶಾಪಿಂಗ್ ಮಾಲ್ ಗಳಲ್ಲಿ ಸುತ್ತಾಡಿ, ಶಾಪಿಂಗ್ ಮಾಡಿ. ಇಲ್ಲಿನ ಕ್ಯಾಸಿನೋಗಳು, ವಿಧವಿಧದ ಗೇಮುಗಳ ಅಡ್ಡಾಕ್ಕೆ ಒಮ್ಮೆ ಭೇಟಿ ಕೊಡಿ. ಜೀವನದಲ್ಲಿ ನೀವು ಕಂಡು ಕೇಳರಿಯದಷ್ಟು ವಿಧದ, ಊಹೆಯೂ ಮಾಡಿರದಷ್ಟು ಬಗೆಬಗೆಯ ಗೇಮುಗಳು ಇಲ್ಲುಂಟು. ಈಗಾಗಲೇ ಹೇಳಿದಂತೆ ಭಾರತೀಯ ಮೌಲ್ಯದ ಒಂದು ಲಕ್ತ ರೂಪಾಯಿಗಳನ್ನು ತೆಗೆದುಕೊಂಡು ಹೋದರೂ ಅದು ಕೂಡ ಕಡಿಮೆಯೇ ಅನ್ನಬಹುದು. ಇಲ್ಲಿನ ಕ್ಯಾಸಿನೋಗಳು, ಗೇಮುಗಳು ನಿಮ್ಮ ಬಜೆಟ್ ಮೇಲೆ ಅವಲಂಬಿತ. ಹಾಗೆಂದು ಕೇವಲ ಸಾವಿರಾರು ರೂಪಾಯಿ ಮೌಲ್ಯದ ಗೇಮುಗಳಷ್ಟೇ ಇರುವುದು. ಹಾಗಾಗಿ ಇದು ಸಾಹುಕಾರರಿಗೆ ಮಾತ್ರ ಎಂಬುದು ಕೂಡ ತಪ್ಪು. ಭಾರತೀಯ ಮೌಲ್ಯದಲ್ಲಿ ಹೇಳುವುದಾದರೆ ಇನ್ನೂರು ರೂಪಾಯಿ ಬೆಲೆಯ ಗೇಮುಗಳು ಕೂಡ ಇಲ್ಲುಂಟು. ಒಂದು ಮಾತಿನಲ್ಲಿ ಹೇಳುವುದಾದರೆ ನಿಮ್ಮ ಬಜೆಟ್ ಮೇಲೆ ಅವಲಂಬಿತ. ಹಾ! ಇಲ್ಲಿ ಗೇಮುಗಳನ್ನು ಆಡಲೇಬೇಕೆಂಬ ನಿಯಮವೇನೂ ಇಲ್ಲ. ಸುಮ್ಮನೆ ವಿಸಿಟ್ ಮಾಡಲೂ ಕೂಡ ಸುತ್ತಾಡಬಹುದು. ನೇರವಾಗಿ ಹೇಳಬೇಕೆಂದರೆ ಇಲ್ಲಿನ ಗೇಮುಗಳನ್ನು ಒಂದು ಕಡೆಯಿಂದ ಶುರು ಮಾಡಿ ಒಂದೊಂದನ್ನೂ ನೋಡುತ್ತ ಹೊರಟರೆ (ವಿಂಡೋ ಶಾಪಿಂಗ್ ಮಾದರಿಯಲ್ಲಿ) ಎಲ್ಲ ಗೇಮುಗಳನ್ನು ನೋಡಲು ಕನಿಷ್ಟ ಎರಡು ಅಥವಾ ಮೂರು ಗಂಟೆಗಳಾದರೂ ಬೇಕು ಎಂದರೆ ಇಲ್ಲಿನ ಗೇಮುಗಳ ಪ್ರಪಂಚದ ವಿಸ್ತಾರವನ್ನೊಮ್ಮೆ ಊಹಿಸಿ.

ಇಲ್ಲಿನ ಇನ್ನೊಂದು ಪ್ರಮುಖ ಆಕರ್ಷಣೆಯೆಂದರೆ ಇಲ್ಲಿನ ಗಾಲ್ಫ್ ಕೋರ್ಸ್. ನೀವು ಗಾಲ್ಫ್ ಪ್ರಿಯರಾಗಿದ್ದರೆ ಖಂಡಿತ ಭೇಟಿ ನೀಡಲೇಬೇಕು. ಗಾಲ್ಫ್ ಕ್ರೀಡೆಯ ಬಗ್ಗೆ ಗೊತ್ತಿರುವವರಿಗೆ ಬಹುಶಃ ಅರ್ಥವಾಗಬಹುದು - ಒಂದಲ್ಲ, ಎರಡಲ್ಲ.

ಬರೋಬ್ಬರಿ 18 ಹೋಲ್ ಗಳನ್ನು ಹೊಂದಿರುವ ಗಾಲ್ಫ್ ಕೋರ್ಸ್ ಇದು ಎಂದರೆ ಎಷ್ಟು ದೊಡ್ಡದಿರಬಹುದು ಯೋಚಿಸಿ.

ಒಂದು ವೇಳೆ ನೀವು ಗಾಲ್ಫ್ ಪ್ರಿಯರೂ ಅಲ್ಲ, ಗೇಮ್ ಪ್ರಿಯರೂ ಅಲ್ಲವೆಂದರೂ ಅಡ್ಡಿಯಿಲ್ಲ. ಇಲ್ಲಿನ ಹಸಿರು ಕಾಡಿನ ಮಧ್ಯೆ ಸುತ್ತಾಡುವ ಅವಕಾಶವನ್ನು ಖಂಡಿತ ಮಿಸ್ ಮಾಡಿಕೊಳ್ಳಲೇಬೇಡಿ.

ಸನಿಹದಲ್ಲೇ ಚೀನೀಯರ ಬೌದ್ಧ ಗುರುಗಳ ಚಿನ್ ಸ್ವೀ ಟೆಂಪಲ್ ಕೂಡ ಇದೆ. ಇದರ ಸೌಂದರ್ಯವನ್ನು ಕೂಡ ಕಣ್ತುಂಬಿಕೊಳ್ಳಿ.

ನೀವು ರಸ್ತೆಯಲ್ಲಿ ನಡೆಯುತ್ತಿರುವಾಗ ಬಣ್ಣಬಣ್ಣದ ನೂರಾರು ಚಿಟ್ಟೆಗಳು ನಿಮ್ಮ ಸುತ್ತಲೂ ಹಾರಾಡುತ್ತಿದ್ದರೆ, ನೇರ ಬಂದು ನಿಮ್ಮ ತಲೆಯ ಮೇಲೆ ಕುಳಿತರೆ ಆ ಅದ್ಭುತ ಅನುಭವ ಹೇಗಿರಬಹುದು ಅಲ್ಲವೇ? ಮಾತಿನಲ್ಲಿ ಹೇಳಲಾಗದ ಆನಂದ. ಆ ಆನಂದವನ್ನು ಸವಿಯಲು ಕೂಡ ಇಲ್ಲಿ ಅವಕಾಶವುಂಟು. ಇಲ್ಲಿನ ಪ್ರಸಿದ್ಧ ಚಿಟ್ಟೆ ಫಾರ್ಮ್ (ಬಟರ್ ಫ್ಲೈ ಫಾರ್ಮ್) ಗೆ ಭೇಟಿ ನೀಡಿ. ನೀವು ಎಂದೂ ನೋಡಿರದ ಬಣ್ಣ ಬಣ್ಣದ ವಿವಿಧ ಗಾತ್ರದ, ವಿವಿಧ ತಳಿಗಳ ಚಿಟ್ಟೆಗಳನ್ನು ಇಲ್ಲಿ ಕಾಣಬಹುದು.

ಇವಿಷ್ಟೇ ಅಲ್ಲದೆ ಗೆಂಟಿಂಗ್ ಹೈಲ್ಯಾಂಡ್ಸ್ ಧೀಮ್ ಪಾರ್ಕ್, ವಿಶ್ವದ ಅತಿ ದೊಡ್ಡ ಹೋಟೆಲ್ ಎಂದು ಗಿನ್ನಿಸ್ ಪುಸ್ತಕದಲ್ಲಿ ನಮೂದಾಗಿರುವ ಫಸ್ಟ್ ವರ್ಲ್ಡ್ ಹೋಟೆಲ್, ಸ್ಟ್ರಾಬೆರಿ ಫಾರ್ಮ್, ಶಾಪಿಂಗ್ ಮಾಲ್, ಸ್ನೋ ವರ್ಲ್ಡ್, ಸುಂದರ ಬೆಟ್ಟಗಳು, ಸ್ಕೈಟ್ರೋಪೊಲೀಸ್ ಧೀಮ್ ಪಾರ್ಕ್ ಸೇರಿದಂತೆ ನೋಡಿದಷ್ಟೂ ಮುಗಿಯದ ವಿವಿಧ ರೀತಿಯ ಆಕರ್ಷಣೆಗಳು ಇಲ್ಲಿವೆ.

ಹೇಳಿ ಕೇಳಿ ಇದು ಲಕ್ಸುರಿ ಲೈಫ್ ಸ್ಟೈಲ್ ರೀತಿಯ ಪ್ರವಾಸತಾಣವಾಗಿರುವುದರಿಂದ ಜೇಬಿನ ಮೇಲೆ ಗಮನವೆಷ್ಟಿದ್ದರೂ ಸಾಲದು. ಸ್ವಲ್ಪ ಎಚ್ಚರ ತಪ್ಪಿದರೂ ಹಣ ನೀರಿನಂತೆ ಖರ್ಚಾಗುವುದು ಖಂಡಿತ. ಇಲ್ಲಿನ ಹೋಟೆಲ್ ನಲ್ಲಿ ಒಂದು ರಾತ್ರಿ ತಂಗುವುದಾದರೆ ಮುಂಚೆಯೇ ಆನ್‌ಲೈನ್ ಅಲ್ಲಿ ಹೋಟೆಲ್ ಅನ್ನು ಬುಕ್ ಮಾಡಿಕೊಳ್ಳಿ. ಜೇಬಿಗೆ ಹೊರೆ ಎನಿಸುವುದಾದರೆ ಕೌಲಲಂಪುರದಲ್ಲಿ ಹೋಟೆಲ್ ಬುಕ್ ಮಾಡಿಕೊಂಡು ಬೆಳಿಗ್ಗೆ ಗೆಂಟಿಂಗ್ ಗೆ ಹೋಗಿ ಸಂಜೆ ವಾಪಾಸ್ ಬಂದುಬಿಡುವುದು ಒಳ್ಳೆಯದು. ಊಟ ತಿಂಡಿಗೆ ಯಾವುದೇ ತೊಂದರೆಯಿಲ್ಲವಾದರೂ ಭಾರತೀಯ ಶೈಲಿಯ ಊಟವೇ ಬೇಕೆಂದರೆ ಸ್ವಲ್ಪ ತ್ರಾಸವಾದರೂ ಆಗಬಹುದು.

9

ಪುತ್ರಜಯ ಎಂಬ ಮಲೇಷಿಯಾದ ಸ್ವರ್ಗ

ವಿದೇಶಪ್ರವಾಸ ಹೋದ ಮೇಲೆ ದೊಡ್ಡ ದೊಡ್ಡ ಕಟ್ಟಡಗಳು, ಬ್ರಿಡ್ಜುಗಳು, ವಿಶಾಲ ರಸ್ತೆಗಳ ಮುಂದೆ ನಿಂತು ಫೋಟೋ ತೆಗೆಸಿಕೊಳ್ಳದಿದ್ದರೆ ಆದೀತೆ? ಮಲೇಷಿಯಾದ ರಾಜಧಾನಿ ಕೌಲಾಲಂಪುರ. ಕೌಲಾಲಂಪುರ ನಗರದ ಹೊರವಲಯದಲ್ಲಿರುವ ಪ್ರದೇಶವೇ ಪುತ್ರಜಯ. ಮಲೇಷಿಯಾ ಪಾರ್ಲಿಮೆಂಟ್, ಪ್ರಧಾನಮಂತ್ರಿಗಳ ಕಾರ್ಯಾಲಯವೂ ಸೇರಿದಂತೆ ಬಹುತೇಕ ಸರ್ಕಾರೀ ಕಚೇರಿಗಳಿಂದಲೇ ತುಂಬಿರುವ ಪುತ್ರಜಯ ಅನೇಕ ಆಕರ್ಷಣೆಗಳ ಕೇಂದ್ರಬಿಂದು. ಭವ್ಯವಾದ ವಾಸ್ತುಶಿಲ್ಪ, ಭವ್ಯವಾದ ಪುತ್ರ ಬ್ರಿಡ್ಜ್ ಮತ್ತು ಸುಂದರವಾದ ಪುತ್ರ ಲೇಕ್ ಗಳು ಇಲ್ಲಿನ ಪ್ರಮುಖ ಆಕರ್ಷಣೆಗಳು. ಕೌಲಾಲಂಪುರದ ಟ್ವಿನ್ ಟವರ್, ಬಟು ಕೇವ್ಸ್ ದೇವಾಲಯಗಳಂತೆಯೇ ನಿತ್ಯ ನೂರಾರು ಜನರು ಭೇಟಿನೀಡುವ ಪುತ್ರಜಯಕ್ಕೆ ಒಮ್ಮೆ ಭೇಟಿ ನೀಡಿ ಬರೋಣ ಬನ್ನಿ.

ಪುತ್ರ ಲೇಕ್: ಮಲೇಷಿಯಾದ ಎಲ್ಲ ಸರೋವರಗಳ ಪೈಕಿ ಅತ್ಯಂತ ಸುಂದರವಾದ ಪುತ್ರಜಯ ಸರೋವರವು ನಿಮ್ಮನ್ನು ಮಂತ್ರಮುಗ್ಧಗೊಳಿಸುತ್ತದೆ. ಪುತ್ರಜಯ ಸರೋವರ ಕೌಲಾಲಂಪುರದಿಂದ ದಕ್ಷಿಣಕ್ಕೆ ಸುಮಾರು 33 ಕಿಲೋಮೀಟರ್ ದೂರದಲ್ಲಿದೆ. ಈ 650 ಹೆಕ್ಟೇರ್ ಮಾನವ ನಿರ್ಮಿತ ಸರೋವರವು ವಿಶೇಷವಾಗಿ ಪ್ರವಾಸೋದ್ಯಮ, ಮನರಂಜನೆ, ಮೀನುಗಾರಿಕೆ, ಜಲ ಕ್ರೀಡೆಗಾಗಿಯೇ ವಿನ್ಯಾಸಗೊಳಿಸಲಾಗಿದೆ. ಸುಮಾರು 6.60 ಮೀಟರ್ ಆಳವಿರುವ ಪುತ್ರಜಯ ಲೇಕ್ ಸುಮಾರು 50.9 ಚದರ ಕಿಲೋಮೀಟರ್

ವಿಶಾಲವಾಗಿದೆ. ಮಲೇಷಿಯಾದ ಪ್ರಸಿದ್ಧ ಪ್ರವಾಸಿ ತಾಣಗಳಾದ ಪುತ್ರ ಮಸೀದಿ (ಪಿಂಕ್ ಮಸೀದಿ), ಟುವಾಂಕು ಮಿಜಾನ್ ಜೈನಾಲ್ ಅಬಿದೀನ್ ಮಸೀದಿ (ಕಬ್ಬಿಣದ ಮಸೀದಿ), ಮತ್ತು ಮಿಲೇನಿಯಮ್ ಸ್ಮಾರಕ (ಮಲೇಷಿಯಾ) ಇದರ ತೀರದಲ್ಲಿವೆ.

ಪುತ್ರ ಮಸೀದಿ: 1997 ರಲ್ಲಿ ಪೂರ್ಣಗೊಂಡ, ಪುತ್ರ ಮಸೀದಿಯನ್ನು ಗುಲಾಬಿ ಬಣ್ಣದ ಗ್ರಾನ್ಯೆಟ್ಟೊಂದಿಗೆ ವಿಶಿಷ್ಟವಾಗಿ ರಚಿಸಲಾಗಿದೆ ಮತ್ತು ಏಕಕಾಲದಲ್ಲಿ 10,000 ಕ್ಕಿಂತ ಹೆಚ್ಚು ಜನ ಪ್ರಾರ್ಥನೆ ಮಾಡಬಹುದಷ್ಟು ವಿಶಾಲವಾಗಿದೆ. ಬಾಗ್ದಾದ್ ಶೇಖ್ ಒಮರ್ ಮಸೀದಿಯ ವಿನ್ಯಾಸದಿಂದ ಮಿಶ್ರಣದ ಈ ರಚನೆಯು ಸಾಂಪ್ರದಾಯಿಕ ಮಲಯ ಮತ್ತು ಮಧ್ಯಪ್ರಾಚ್ಯದ ವಾಸ್ತುಶಿಲ್ಪ ಶೈಲಿಗಳಿಂದ ಪ್ರಭಾವಿತವಾಗಿದೆ. ಪುತ್ರ ಮಸೀದಿಯು ವಿಶ್ವದಲ್ಲಿರುವ ಕೆಲವೇ ಕೆಲವು ಗುಲಾಬಿ ಮಸೀದಿಗಳಲ್ಲಿ ಒಂದಾಗಿದೆ.

ಮಿಲೇನಿಯಂ ಮಾನ್ಯುಮೆಂಟ್: ಪುತ್ರಜಯ ಲೇಕ್ ಬಳಿಯಲ್ಲಿ ನಿರ್ಮಿತವಾಗಿರುವ, ಮೇಲಿನಿಂದ ನೋಡಿದಾಗ ದಾಸವಾಳದ ಹೂವಿನ ಆಕಾರದಲ್ಲಿ ಕಾಣುವ, 68 ಮೀಟರ್ ಎತ್ತರವಿರುವ, ಮಿಲೇನಿಯಮ್ ಮಾನ್ಯುಮೆಂಟ್ ಸ್ಮಾರಕವನ್ನು 2005 ರಲ್ಲಿ ಸಾರ್ವಜನಿಕರ ಪ್ರವೇಶಕ್ಕೆ ಮುಕ್ತಗೊಳಿಸಲಾಯಿತು.

ದಾರುಲ್ ಎಹ್ಸಾನ್ ಪ್ಯಾಲೇಸ್: ದಾರುಲ್ ಎಹ್ಸಾನ್ ಅರಮನೆಯ ಪುತ್ರಜಯದ ಪ್ರಮುಖ ಆಕರ್ಷಣೆಗಳಲ್ಲಿ ಒಂದು. ಸೆಲಂಗೊರ್ ಸುಲ್ತಾನನ ರಾಜಮನೆತನದ ನಿವಾಸಗಳಲ್ಲಿ ಒಂದಾದ ಈ ಅರಮನೆಯನ್ನು 2000 ರಲ್ಲಿ ನಿರ್ಮಿಸಲಾಯಿತು.

ನ್ಯಾಚುರಲ್ ಹಿಸ್ಟರಿ ಮ್ಯೂಸಿಯಂ: ನ್ಯಾಚುರಲ್ ಹಿಸ್ಟರಿ ಮ್ಯೂಸಿಯಂ ಅಥವಾ ಮ್ಯೂಸಿಯಂ ಆಲಂ ಸೇಮುಲಜಡಿ ವಸ್ತುಸಂಗ್ರಹಾಲಯವನ್ನು 1 ಫೆಬ್ರವರಿ 2010 ರಂದು ಸಾರ್ವಜನಿಕರಿಗೆ ತೆರೆಯಲಾಯಿತು. ಈ ಮ್ಯೂಸಿಯಂ ಅನ್ನು ಮಾಹಿತಿ, ಸಂವಹನ ಮತ್ತು ಸಂಸ್ಕೃತಿ ಸಚಿವಾಲಯದ ಅಡಿಯಲ್ಲಿರುವ ಮ್ಯೂಸಿಯಂ ಇಲಾಖೆಯ ನಿರ್ವಹಿಸುತ್ತಿದೆ. ನ್ಯಾಚುರಲ್ ಹಿಸ್ಟರಿ ಮ್ಯೂಸಿಯಂ ಎರಡು ಅಂತಸ್ತಿನ ಕಟ್ಟಡವಾಗಿದ್ದು ಆಧುನಿಕ ಸೌಲಭ್ಯಗಳನ್ನು ಹೊಂದಿದೆ. ಪ್ರಸ್ತುತ ನೆಲ ಮಹಡಿಯ ಕಟ್ಟಡವು ಮಲೇಷಿಯಾದ ಸಸ್ತನಿಗಳ ಮೇಲೆ ಪ್ರದರ್ಶನಗಳನ್ನು ಒಳಗೊಂಡಿದ್ದರೆ, ಮೊದಲ ಮಹಡಿಯಲ್ಲಿ ಚಿಟ್ಟೆಗಳು, ಕೋಲು ಕೀಟಗಳು, ಜೀರುಂಡೆಗಳು ಮತ್ತು ಬಾವಲಿಗಳಂತಹ ಕೀಟಗಳ ಪ್ರದರ್ಶನವಿದೆ. ಇಲ್ಲಿರುವ ಪ್ರಾಣಿಗಳ ವಿವರಗಳನ್ನು ನೋಡಲು ಕಡಿಮೆಯೆಂದರೂ ಎರಡು ಗಂಟೆಗಳ

ಸಮಯ ಬೇಕು.

ಪೆರ್ಡಾನ ಪುತ್ರ: ಪೆರ್ಡಾನಾ ಪುತ್ರವು ಮಲೇಷ್ಯಾದ ಪುತ್ರಜಯದಲ್ಲಿರುವ ಪ್ರಮುಖ ಸರ್ಕಾರೀ ಸ್ವಾಮ್ಯದ ಕಟ್ಟಡವಾಗಿದ್ದು, ಮಲೇಷಿಯಾದ ಪ್ರಧಾನ ಮಂತ್ರಿಗಳ ಕಚೇರಿ ಸಂಕೀರ್ಣವನ್ನು ಹೊಂದಿದೆ. ಈ ಕಟ್ಟಡದ ಮುಂದೆ ನಿಂತು ಸೆಲ್ಫಿಗಳನ್ನು ತೆಗೆಸಿಕೊಳ್ಳಲು ಇದು ಹೇಳಿ ಮಾಡಿಸಿದ ಜಾಗವಾಗಿದೆ.

ಪುತ್ರಜಯ ಬೊಟಾನಿಕಲ್ ಗಾರ್ಡನ್: 230 ಎಕರೆಗಳಷ್ಟು ವಿಶಾಲವಾದ ಪುತ್ರಜಯ ಬಟಾನಿಕಲ್ ಗಾರ್ಡನ್ ಅನೇಕ ಅಲಂಕಾರಿಕ ಸಸ್ಯಗಳು, ಹೂವುಗಳು ಮತ್ತು ವಿನಾಶದ ಅಂಚಿನಲ್ಲಿರುವ ಅನೇಕ ಸಸ್ಯಗಳನ್ನು ಒಳಗೊಂಡಿದೆ. ಎಕ್ಸ್‌ಪ್ಲೋರರ್ಸ್ ಟ್ರಯಲ್, ಕ್ಯಾನೊಪಿ ಬ್ರಿಡ್ಜ್, ಹೆಲಿಕೋನಿಯಾ ಟ್ರಯಲ್ ಮತ್ತು ವೈನ್ ಗಾರ್ಡನ್, ಪಾಂಡನಸ್ ವಾಕ್, ಕನ್ನಾ ವಾಕ್ ಮತ್ತು ಫರ್ನ್ ಗಾರ್ಡನ್ ಗಳಂತಹ ಸಸ್ಯಗಳನ್ನು ಇಲ್ಲಿ ಕಾಣಬಹುದು.

ಪುತ್ರಜಯ ವಾಟರ್ ಸ್ಪೋರ್ಟ್ಸ್ ಕಾಂಪ್ಲೆಕ್ಸ್: ಪುತ್ರಜಯ ಸರೋವರದ ಪಕ್ಕದಲ್ಲಿರುವ ಈ ಪುತ್ರಜಯ ವಾಟರ್ ಸ್ಪೋರ್ಟ್ಸ್ ಕಾಂಪ್ಲೆಕ್ಸ್ ಒಂದು ಬೃಹತ್ ಒಳಾಂಗಣ ಈಜುಕೊಳವನ್ನು ಹೊಂದಿದ್ದು, ವೇಕ್ಬೋರ್ಡಿಂಗ್, ವಾಟಸ್ಕೀಯಿಂಗ್ ಮತ್ತು ಇನ್ನೂ ಹಲವು ಜಲಕ್ರೀಡೆಗಳಿಗೆ ಪ್ರಸಿದ್ಧವಾಗಿದೆ.

ಪುತ್ರಜಯ ಪಕ್ಷಿಧಾಮ, ಪ್ರಧಾನಮಂತ್ರಿಗಳ ಕಾರ್ಯಾಲಯ, ಪುತ್ರಜಯ ಕ್ರುಸ್, ಅನೇಕ ಸರ್ಕಾರೀ ಕಟ್ಟಡಗಳು ಸೇರಿದಂತೆ ಅತ್ಯಾಧುನಿಕ ಕಟ್ಟಡಗಳಿಂದ ಕೂಡಿರುವ ಪುತ್ರಜಯ ಫೋಟೋ ಸೆಶನ್ ಗೆ ಹೇಳಿ ಮಾಡಿಸಿದ ಜಾಗ. ಕೌಲಾಲಂಪುರದಿಂದ ಕೇವಲ ಇಪ್ಪತ್ತು ಕಿಲೋಮೀಟರ್ ದೂರದಲ್ಲಿರುವ ಪುತ್ರಜಯ ಮಲೇಷಿಯಾದ ಪ್ರಮುಖ ಪ್ರವಾಸಿತಾಣ. ಕೌಲಾಲಂಪುರದ ಹೋಟೆಲ್ ನಲ್ಲಿ ನೀವು ಸ್ಟೇ ಮಾಡಿದ್ದರೆ, ಸಂಜೆ ನಾಲ್ಕರ ಬಳಿಕ ಟ್ಯಾಕ್ಸಿಯೊಂದನ್ನು ಬಾಡಿಗೆ ಪಡೆದು, ಪುತ್ರಜಯವನ್ನೊಮ್ಮೆ ಸುತ್ತು ಹಾಕಿ, ರಾತ್ರಿಯೊಳಗೆ ಬಂದು ಹೋಟೆಲ್ ಸೇರಿಕೊಳ್ಳಬಹುದು. ಟ್ಯಾಕ್ಸಿಯೂ ಬೇಡವೆಂದರೆ ನಗರವೀಕ್ಷಣೆಗೆಂದೇ ಇರುವ ಹಾಪ್ ಹಾಪ್ ಬಸ್ ಹತ್ತಿ ಕೂಡ ಪುತ್ರಜಯವನ್ನೊಮ್ಮೆ ಸುತ್ತಾಡಿ ಬರಬಹುದು. ಫೋಟೋ ಸೆಷನ್ ಗಳಿಗೆ ಹೇಳಿಮಾಡಿಸಿದ ಪುತ್ರಜಯವನ್ನು ತಪ್ಪದೆ ಒಮ್ಮೆ ವಿಸಿಟ್ ಮಾಡಿ.

10

ಮಲೇಷಿಯಾದ 33 ಪ್ರಥಮಗಳ ತವರೂರು - ತ್ಯೆಪಿಂಗ್

ವಿಶ್ವದ ಸುಸ್ಥಿರ ನಗರಗಳ ಪಟ್ಟಿಯಲ್ಲಿ ಸ್ಥಾನ ಪಡೆದಿರುವ, ಪೆರಾಕ್ ರಾಜ್ಯದ ಎರಡನೇ ರಾಜಧಾನಿ ಎಂದೇ ಕರೆಯಲ್ಪಡುವ, ಅತಿ ಹಳೆಯದಾದ ಮಳೆಯ ಕಾಡುಗಳಿಂದ ಕೂಡಿರುವ ತ್ಯೆಪಿಂಗ್ ಅನ್ನು ಸುತ್ತಾಡಿ ಬರೋಣ ಬನ್ನಿ.

ಇಪೋ ನಗರದಿಂದ ಸುಮಾರು 50 ಕಿ.ಮೀ. ದೂರದಲ್ಲಿರುವ ತ್ಯೆಪಿಂಗ್ ಪ್ರತಿಯೊಬ್ಬ ಪ್ರವಾಸಿಗರು ಕೂಡ ತಪ್ಪದೆ ನೋಡಲೇಬೇಕಾದ ಜಾಗ. ಒಂದು ಕಾಲದಲ್ಲಿ ಪೆರಾಕ್ ರಾಜ್ಯದ ರಾಜಧಾನಿಯೇ ಇದಾಗಿತ್ತು. ಆನಂತರದಲ್ಲಿ 1937 ರಿಂದ ಈಚೆಗೆ ಇಪೋ ನಗರವನ್ನು ಪೆರಾಕ್ ನ ರಾಜಧಾನಿಯಾಗಿ ಮಾಡಲಾಯಿತು. ವರ್ಷವೊಂದಕ್ಕೆ ಸುಮಾರು 4000 ಮೀ.ಮೀ.ನಷ್ಟು ಮಳೆ ಬೀಳುವ ಪ್ರದೇಶವಿದಾಗಿದ್ದು, ನಿತ್ಯ ಹರಿದ್ವರ್ಣ ಕಾಡುಗಳಿಗೆ ಪ್ರಸಿದ್ಧಿಯಾಗಿದೆ. ವರ್ಷಕ್ಕೆ 4000 ಮೀ.ಮೀ.ಅಂದರೆ ನಮ್ಮ ಆಗುಂಬೆಯಲ್ಲಿ ಬೀಳುವ ಮಳೆಯ ಅರ್ಧದಷ್ಟು. ವರ್ಷವೊಂದಕ್ಕೆ ಆಗುಂಬೆಯಲ್ಲಿ 6000 ದಿಂದ 8000 ಮೀ.ಮೀ.ನಷ್ಟು ಮಳೆ ಬೀಳುತ್ತದೆ. ಇದರ ಅರ್ಧದಷ್ಟು ಮಳೆ ತ್ಯೆಪಿಂಗ್ ನಲ್ಲಿ ಪ್ರತಿವರ್ಷ ಬೀಳುತ್ತದೆ ಎಂದರೆ ಇಲ್ಲಿನ ಮಳೆಯ ಪ್ರಮಾಣವನ್ನು ಒಮ್ಮೆ ಊಹಿಸಿ.

ಲಾಂಗ್ ಜಾಫರ್ 1848 ರಲ್ಲಿ ಈ ಪ್ರದೇಶದಲ್ಲಿ ಟಿನ್ ನಿಕ್ಷೇಪವಿರುವುದನ್ನು ಪತ್ತೆ ಮಾಡಿದನು ಎಂದು ಇತಿಹಾಸ ಹೇಳುತ್ತದೆ. ಈ ನಿಕ್ಷೇಪ ಪತ್ತೆಯಾದ

ಹಿಂದೆಯೂ ಒಂದು ಕತೆ ಪ್ರಚಲಿತದಲ್ಲಿದೆ. ಲಾಂಗ್ ಜಾಘರ್ ಬಳಿ ಲರುತ್ ಎಂಬ ಹೆಸರಿನ ಆನೆಯೊಂದಿತ್ತು. ಒಮ್ಮೆ ಆ ಆನೆಯೊಂದಿಗೆ ಈ ಪ್ರದೇಶದಲ್ಲಿ ಸಂಚರಿಸುತ್ತಿರುವಾಗ ಆನೆ ನಾಪತ್ತೆಯಾಯಿತು. ಮೂರು ದಿನಗಳ ನಂತರ ಆನೆ ಪತ್ತೆಯಾದಾಗ ಆ ಆನೆಯ ಕಾಲುಗಳಿಗೆ ಟಿನ್ ಅಥವಾ ತವರ ಅಂಟಿದ್ದನ್ನು ಕಂಡು, ಇದರ ಬಗ್ಗೆ ಸಂಶೋಧಿಸಿದಾಗ, ಈ ಪ್ರದೇಶದಲ್ಲಿ ಟಿನ್ ನಿಕ್ಷೇಪವಿರುವುದು ಬೆಳಕಿಗೆ ಬಂದಿತು. ಹಾಗಾಗಿ ಲರುತ್ ಎಂಬ ಆನೆಯ ಹೆಸರನ್ನೇ ಈ ಪ್ರದೇಶಕ್ಕೆ ಇಡಲಾಯಿತಂತೆ. ಈ ನಿಕ್ಷೇಪದ ಪತ್ತೆಯಿಂದ ಟಿನ್ ಗಣಿಗಾರಿಕೆಯಿಂದಾಗಿ ಈ ಪ್ರದೇಶವು ಬಹಳ ವೇಗವಾಗಿ ಅಭಿವೃದ್ಧಿಯಾಯ್ತು. ಇಲ್ಲಿನ ಸಮೃದ್ಧವಾದ ಗಣಿಗಳ ಕಾರಣದಿಂದ ತೈಪಿಂಗ್ ಅನ್ನು ಕ್ಲಿಯಾನ್ ಪೌಹ್ ಎಂದು ಕೂಡ ಕರೆಯಲಾಗುತ್ತಿತ್ತು. ಕ್ಲಿಯಾನ್ ಎಂದರೆ ಗಣಿ ಎಂದರೆ ಪೌಹ್ ಒಂದು ಬಗೆಯ ಚಿಕ್ಕ ಮಾವು. ಕಾಲ ಕ್ರಮೇಣ ಈ ಪ್ರದೇಶವು ಬ್ರಿಟಿಷರ ವಶವಾಯಿತು. ಮಲೇಷಿಯಾ ಸ್ವತಂತ್ರಗೊಂಡೊಡನೆ ಈ ಪ್ರದೇಶವು ಮತ್ತೆ ಮಲೇಷ್ಯಾ ಸರ್ಕಾರದ ಆಧೀನಕ್ಕೊಳಪಟ್ಟಿತು.

ನೋಡಲೇನೇನಿದೆ?

ಹೆಚ್ಚು ಮಳೆಬೀಳುವ ಪ್ರದೇಶವೆಂದ ಕೂಡಲೇ ಸಹಜವಾಗಿ ನಮಗೆ ಈ ಪ್ರಶ್ನೆಗೆ ಉತ್ತರ ಸಿಕ್ಕಿಬಿಡುತ್ತದೆ. ಹೌದು. ನೂರಾರು ವರ್ಷಗಳ ಹಳೆಯ ಹಾಗು ನೀವು ನೋಡಿರದ ಚಿತ್ರ ವಿಚಿತ್ರ ಮರಗಳು ಇಲ್ಲಿನ ಪ್ರಮುಖ ಆಕರ್ಷಣೆ. ಇತ್ತೀಚೆಗಂತೂ ಈ ಜಾಗ ಫೋಟೋಶೂಟ್ ಮತ್ತು ಸೆಲ್ಫಿಪ್ರಿಯರ ನೆಚ್ಚಿನ ತಾಣವಾಗಿ ಮಾರ್ಪಟ್ಟಿದೆ. ಅತಿ ಪುರಾತನ ಮರಗಳಷ್ಟೇ ಅಲ್ಲದೆ ಇನ್ನೂ ಅನೇಕ ಸುಂದರ ತಾಣಗಳು ಇಲ್ಲಿವೆ. ಮಲೇಷಿಯಾದ ಮೊದಲ ರೈಲ್ವೆ ನಿಲ್ದಾಣ, ಮೊದಲ ಗಿರಿಧಾಮ, ಮೊದಲ ವಸ್ತು ಸಂಗ್ರಹಾಲಯ, ಮೊದಲ ಮ್ಯಾಜಿಸ್ಟ್ರೇಟ್ ಕೋರ್ಟ್, ಮೊದಲ ಬಂದೀಖಾನೆ, ಮೊದಲ ಕ್ಲಾಕ್ ಟವರ್ ಸೇರಿದಂತೆ ಮಲೇಷಿಯಾದ 33 ಪ್ರಥಮಗಳು ತೈಪಿಂಗ್ ನಲ್ಲಿದೆ. ಹಾಗಾಗಿಯೇ ಇದನ್ನು "33 ಫಸ್ಟ್" ಎಂದೇ ಕರೆಯುತ್ತಾರೆ. ಇಲ್ಲಿನ ಬಹುದೇಕ ಕಟ್ಟಡಗಳು 1880 ರ ಆಸುಪಾಸಿನಲ್ಲಿ ನಿರ್ಮಾಣಗೊಂಡವುಗಳೇ. ತೈಪಿಂಗ್ ನ ಕೆಲವು ಪ್ರಸಿದ್ಧ ಸ್ಥಳಗಳ ವೀಕ್ಷಣೆ ಮಾಡಿಬರೋಣ ಬನ್ನಿ.

ತೈಪಿಂಗ್ ಗಡಿಯಾರ: ಇಂಗ್ಲೆಂಡ್ ನಗರಗಳ್ಲಿರುವಂತೆ ಇಲ್ಲಿ ಕೂಡ ಒಂದು ಪುರಾತನವಾದ ಕ್ಲಾಕ್ ಟವರ್ ಇದೆ. 1881 ರಲ್ಲಿ ಬ್ರಿಟಿಷ್ ವಿನ್ಯಾಸದಲ್ಲಿ ಕೇವಲ ಮರದ ದಿಮ್ಮಿಗಳಿಂದ ನಿರ್ಮಿತವಾದ ಈ ಕ್ಲಾಕ್ ಟವರ್ ಇಲ್ಲಿನ ಪ್ರಮುಖ ಆಕರ್ಷಣೆ. ಕಾಲಾನುಕ್ರಮದಲ್ಲಿ ಮರದ ದಿಮ್ಮಿಗಳ ಬದಲು ಇಟ್ಟಿಗೆಗಳಿಂದ ಈ

ಟವರ್ ಅನ್ನು ಬಲಪಡಿಸಲಾಯಿತು. ಒಂದು ಕಾಲದಲ್ಲಿ ಇಲ್ಲಿನ ಪೊಲೀಸ್ ಠಾಣೆಯಾಗಿದ್ದ ಆ ಕ್ಲಾಕ್ ಟವರ್ ಪ್ರಸ್ತುತ ಪ್ರವಾಸಿಗರ ಮಾಹಿತಿ ಕೇಂದ್ರವಾಗಿ ಮಾರ್ಪಟ್ಟಿದೆ. ನಿತ್ಯ ನೂರಾರು ಪ್ರವಾಸಿಗರು ಈ ಕ್ಲಾಕ್ ಟವರ್ ಗೆ ಭೇಟಿ ನೀಡುತ್ತಾರೆ.

ನೈಟ್ ಸಫಾರಿ: ಹಾ! ಅಂದಹಾಗೆ ನೀವು ತೈಪಿಂಗ್ ಅನ್ನು ವಿಸಿಟ್ ಮಾಡುವುದಾದರೆ ಇಲ್ಲಿನ ನೈಟ್ ಸಫಾರಿಯ ಅವಕಾಶವನ್ನಂತೂ ಮಿಸ್ ಮಾಡಿಕೊಳ್ಳಲೇಬೇಡಿ. 1921 ರಲ್ಲಿ ನಿರ್ಮಾಣವಾದ ಈ ಪ್ರಾಣಿ ಸಂಗ್ರಹಾಲಯದಲ್ಲಿ ಮೊಸಳೆ, ಘೇಂಡಾಮೃಗಗಳು ಸೇರಿದಂತೆ ನೂರಕ್ಕೂ ಹೆಚ್ಚು ಪ್ರಭೇದದ ಸಾವಿರಕ್ಕೂ ಹೆಚ್ಚು ಪ್ರಾಣಿಗಳಿವೆ. ನಿಮ್ಮ ಅದೃಷ್ಟ ಚೆನ್ನಾಗಿದ್ದರೆ ನೂರಾರು ಪ್ರಾಣಿಗಳನ್ನು ಒಂದೇ ರಾತ್ರಿಯಲ್ಲಿ ನೋಡಿಬಿಡಬಹುದು. ನೀವು ಕಂಡು ಕೇಳಿರದ ಜಾತಿಯ ಎಷ್ಟೋ ವಿಶಿಷ್ಟ ಪ್ರಾಣಿಗಳು ಕೂಡ ಇಲ್ಲಿವೆ.

ತೈಪಿಂಗ್ ಲೇಕ್ ಗಾರ್ಡನ್ : ತೈಪಿಂಗ್ ನಗರ ಮತ್ತು ಮೃಗಾಲಯದ ನಡುವೆ ಇರುವ ಈ ಲೇಕ್ ಗಾರ್ಡನ್ ಮಲೇಷಿಯಾದ ಮೊಟ್ಟಮೊದಲ ಉದ್ಯಾನವನವೆಂದೂ ಕೂಡ ಕೆಲವರು ಹೇಳುತ್ತಾರೆ. ಸರಿಸುಮಾರು 1880 ರಲ್ಲಿ ನಿರ್ಮಿಸಲಾದ ಈ ಉದ್ಯಾನವನವೂ ನೂರಾ ಇವತ್ತು ವರ್ಷ ಕಳೆದರೂ ಇಂದಿಗೂ ತನ್ನ ಸೊಗಸನ್ನು ಹಾಗೆಯೆ ಉಳಿಸಿಕೊಂಡೆಯಿಂದರೆ ನೀವು ನಂಬಲೇಬೇಕು. ಈ ಉದ್ಯಾನವನದಲ್ಲಿ ನಿರ್ಮಿಸಲಾಗಿರುವ ಸೇತುವೆಗಳ ಮೇಲೆ ನಡೆಯುತ್ತಾ ಕೊಳದಲ್ಲಿನ ತಾವರೆ ಹೂವುಗಳನ್ನು ನೋಡುವುದೇ ಒಂದು ಸೊಗಸು. ಈ ಲೇಕ್ ಗಾರ್ಡನ್ ಪಕಕೆದ್ಲಲೇ ಒಂದು ರಾಕ್ ಗಾರ್ಡನ್ ಕೂಡ ಇದೆ. ಡೈನೋಸಾರಸ್ ಸೇರಿದಂತೆ ವಿವಿಧ ರೀತಿಯ ಪ್ರಾಣಿಗಳ ಆಕಾರದ ಕಲ್ಲಿನ ಕೆತ್ತನೆಗಳನ್ನು ಇಲ್ಲಿ ನೋಡಬಹುದು. ಈಗಾಗಲೇ ಹೇಳಿದಂತೆ ಇದೂ ಕೂಡ ಸೆಲ್ಫಿಗಳಿಗೆ ಹೇಳಿ ಮಾಡಿಸಿದ ಜಾಗ.

ರೈಲ್ವೆ ನಿಲ್ದಾಣ: ತೈಪಿಂಗ್ ಪ್ರದೇಶದಲ್ಲಿ ಟಿನ್ ಗಣಿಗಾರಿಕೆ ಆರಂಭವಾದ್ದರಿಂದ ಸಹಜವಾಗಿ ರೈಲ್ವೆ ಮಾರ್ಗದ ನಿರ್ಮಾಣ ಅನಿವಾರ್ಯವಾಯಿತು. ಅದರ ಫಲವಾಗಿ 1885 ರಲ್ಲಿ ಮಲೇಷಿಯಾದ ರಾಜಧಾನಿ ಕೌಲಲಾಂಪುರ ಮತ್ತು ತೈಪಿಂಗ್ ನಗರಗಳ ಮಧ್ಯೆ ಮಲೇಷಿಯಾದ ಮೊದಲ ರೈಲ್ವೆ ಹಾಲಿ ನಿರ್ಮಾಣವಾಯಿತು. ಅಂದರೆ ನೂರಾ ಮುವ್ವತ್ತಕ್ಕೂ ಹೆಚ್ಚು ವರ್ಷಗಳ ಹಳೆಯ ಇತಿಹಾಸ ಈ ರೈಲ್ವೆ ನಿಲ್ದಾಣಕ್ಕಿದೆ.

ಮುನ್ಸಿಪಲ್ ಕಟ್ಟಡ: ಭಾರತೀಯ ವಾಸ್ತುಶಿಲ್ಪಕ್ಕೆ ಮಾರುಹೋಗಿದ್ದ ಬ್ರಿಟಿಷರು ಬ್ರಿಟಿಷ್ ಮತ್ತು ಭಾರತೀಯ ವಾಸ್ತುಶಿಲ್ಪಗಳನ್ನೊಳಗೊಂಡ ವಿನ್ಯಾಸದ

ಮುನ್ಸಿಪಲ್ ಕಟ್ಟಡವೊಂದನ್ನು ಇಲ್ಲಿ 1891 ರಲ್ಲಿ ನಿರ್ಮಿಸಿದರು. 1891 ರಲ್ಲಿ ನಿರ್ಮಾಣವಾದಾಗ ಬಳಸಿದ್ದ ಇಟ್ಟಿಗೆಗಳೇ ಇಂದಿಗೂ ಈ ಕಟ್ಟಡವನ್ನು ಹಿಡಿದಿಟ್ಟಿವೆ.

ಚೀನೀ ಮತ್ತು ಬೌದ್ಧ ದೇಗುಲಗಳು: ಇಲ್ಲಿನ ಚೈನೀಸ್ ಪಗೋಡ ಹಾಗು ಹೋಸಿಯಾನ್ ದೇವಾಲಯಗಳು ಕೂಡ ಅಷ್ಟೇ ಪ್ರಸಿದ್ಧವಾದವುಗಳು. ಸುಮಾರು ಹತ್ತೊಂಭತ್ತನೆಯ ಶತಮಾನದಲ್ಲಿ ನಿರ್ಮಾಣಗೊಂಡಿರುವ ಹೋಸಿಯಾನ್ ದೇವಾಲಯವು ಬಹಶಃ ಇಲ್ಲಿನ ಅತಿ ಪುರಾತನ ದೇವಾಲಯ. ಚೈನಾ ವಾಸ್ತುಶಿಲ್ಪದಲ್ಲಿ ನಿರ್ಮಾಣಗೊಂಡಿರುವ ಪಗೋಡಾ ದೇವಾಲಯವು ಪತಿ-ಪತ್ನಿಯರ ಸಂಬಂಧವನ್ನು ಗಟ್ಟಿಗೊಳಿಸುವ ದೇವರೆಂದು ಚೈನೀಯರ ನಂಬಿಕೆ. ಹಾಗಾಗಿಯೇ ನವದಂಪತಿಗಳು ಸಾಮಾನ್ಯವಾಗಿ ಈ ದೇವಾಲಯಕ್ಕ ಬರುವುದನ್ನು ನೀವು ಇಲ್ಲಿಗೆ ಭೇಟಿ ಕೊಟ್ಟಾಗ ಗಮನಿಸಬಹುದು. 1887 ರಲ್ಲಿ ನಿರ್ಮಾಣಗೊಂಡ ಪೆರಾಕ್ ನ ಅತ್ಯಂತ ಹಳೆಯ ಚರ್ಚ್ ಕೂಡ ತೈಪಿಂಗ್ ನಲ್ಲಿದೆ.

ತೈಪಿಂಗ್ ಗಿರಿಧಾಮ: ಮ್ಯಾಕ್ಸ್ವೆಲ್ ಗಿರಿಧಾಮವೆಂದೇ ಕರೆಯಲ್ಪಡುವ ಮಲೇಷಿಯಾದ ಮೊಟ್ಟಮೊದಲ ಗಿರಿಧಾಮವನ್ನು ನೋಡಬೇಕೆಂದರೆ ನೀವು ತೈಪಿಂಗಿಗೇ ಬರಬೇಕು. ತೈಪಿಂಗ್ ನಿಂದ ಸುಮಾರು ಹತ್ತು ಕಿ.ಮೀ ದೂರದಲ್ಲಿರುವ ಈ ಗಿರಿಧಾಮವು ಸಮುದ್ರಮಟ್ಟದಿಂದ ಸುಮಾರು 3300 ಅಡಿಗಳಷ್ಟು ಎತ್ತರದಲ್ಲಿದೆ.

ಮಲೇಷಿಯಾದ ಮೊದಲ ವಸ್ತು ಸಂಗ್ರಹಾಲಯ: 1883 ರಲ್ಲಿ ನಿರ್ಮಾಣಗೊಂಡ ಮಲೇಷಿಯಾದ ಅತಿ ಪುರಾತನ ಮ್ಯೂಜಿಯಂ ನಲ್ಲಿ ಶತಮಾನಗಳಷ್ಟು ಹಳೆಯದಾದ ವಸ್ತುಗಳು, ಐತಿಹಾಸಿಕ ಕುರುಹುಗಳನ್ನು ಸಂರಕ್ಷಿಸಿಡಲಾಗಿದೆ.

ಸ್ಥಳದ ಅಭಾವದಿಂದ ಒಂದಷ್ಟು ಜಾಗಗಳ ಬಗ್ಗೆಯಷ್ಟೇ ಇಲ್ಲಿ ಬರೆದಿದ್ದೇನೆ. ಒಂದು ಮಾತಿನಲ್ಲಿ ಹೇಳಬೇಕೆಂದರೆ - ಮಲೇಷಿಯಾದ ಹಲವು ಪ್ರಥಮಗಳ ಮೂಲ - ತೈಪಿಂಗ್. ಇಲ್ಲಿನ ಬಹುತೇಕ ಕಟ್ಟಡಗಳು 1900 ಕ್ಕೂ ಮುಂಚೆ ನಿರ್ಮಾಣವಾದವು. ಹಾಗಾಗಿ ಮಲೇಷಿಯಾದ ಇತಿಹಾಸ, ಜನಜೀವನ, ಸಂಸ್ಕೃತಿಗಳನ್ನು ಅರಿಯಲು ತೈಪಿಂಗ್ ಗಿಂತಲೂ ಉತ್ತಮ ಜಾಗ ಇನ್ನೊಂದಿಲ್ಲ. ಇತಿಹಾಸವಷ್ಟೇ ಅಲ್ಲದೆ ಸುಂದರ ಗಿರಿಧಾಮಗಳು, ಮಳಕಾಡುಗಳು, ಪ್ರಾಣಿ ಸಂಗ್ರಹಾಲಯ, ಸಫಾರಿ, ಟ್ರೆಕಿಂಗ್, ದಟ್ಟ ಮ್ಯಾಂಗ್ರೋವ್ ಕಾಡುಗಳು, ನೈಟ್ ಮಾರ್ಕೆಟ್ ಸೇರಿದಂತೆ ಪ್ರವಾಸಿಗರಿಗೆ ಮುದನೀಡುವ ಅನೇಕ ಸ್ಥಳಗಳೂ ಇಲ್ಲಿವೆ. ಹಾಗಾಗಿ ಇತಿಹಾಸ ಮತ್ತು ಪ್ರವಾಸ ಎರಡರ ಸಂಗಮ ಈ ತೈಪಿಂಗ್.

ಭಾರತೀಯ ಶೈಲಿಯ ಊಟ ತಿಂಡಿ ಸಿಗುತ್ತದೆ. ಮುಂಚೆಯೇ ನಿಮಗಿಷ್ಟವಾದ, ನಿಮ್ಮ ಬಜೆಟ್ ಗೇ ಸರಿಹೊಂದುವ ಹೋಟೆಲ್ ಅನ್ನು ಬುಕ್ ಮಾಡಿಕೊಂಡು ಬನ್ನಿ.

11

ಹನಿಮೂನ್ ಜೋಡಿಗಳ ನೆಚ್ಚಿನ ತಾಣ - ಟಿಯೋಮ್ಯಾನ್

ಪುಲೌ ಟಿಯೋಮನ್ ಎಂದೂ ಕರೆಯಲ್ಪಡುವ ಟಿಯೋಮನ್ ದ್ವೀಪವು ಮಲೇಷಿಯಾದ ಪ್ರಸಿದ್ಧ ಪ್ರವಾಸಿತಾಣಗಳಲ್ಲಿ ಒಂದು. ವಾಟರ್ ಸ್ಪೋರ್ಟ್ಸ್ ಮತ್ತು ರಜಾದಿನಗಳನ್ನು ಕಳೆಯಲು ಪ್ರಶಸ್ತವಾಗಿರುವ ಈ ದ್ವೀಪವು ಅತ್ಯುತ್ತಮವಾದ ಕಡಲ ತೀರಗಳು, ಕ್ರಿಸ್ಟಲ್ ಕ್ಲಿಯರ್ ಆಗಿ ಕಾಣುವ ನೀರು, ವಿಶಿಷ್ಟವಾದ ದೈತ್ಯ ಬಂಡೆಗಳು, ಸೊಂಪಾದ ಒಳನಾಡಿನ ಮಳೆಕಾಡುಗಳು, ಕ್ಯಾಸ್ಕೇಡಿಂಗ್ ಜಲಪಾತಗಳು ಮತ್ತು ಸ್ನಾರ್ಕ್ಲಿಂಗ್ ಮತ್ತು ಸ್ಕೂಬಾ ಡೈವಿಂಗ್ ನಂತಹ ಜಲಕ್ರೀಡೆಗಳಿಗೆ ಪರಿಪೂರ್ಣವಾದ ವೈವಿಧ್ಯಮಯ ಅಂಶಗಳನ್ನು ಹೊಂದಿದೆ. ಮಲೇಷಿಯಾದ ಪೂರ್ವ ಕರಾವಳಿಯಿಂದ ಸುಮಾರು 30 ಕಿಲೋಮೀಟರ್ ದೂರದಲ್ಲಿರುವ ಏಳು ಹಳ್ಳಿಗಳನ್ನು ಹೊಂದಿರುವ ಈ ದ್ವೀಪವು ನಿತ್ಯ ಸಾವಿರಾರುಪ್ರವಾಸಿಗರನ್ನು ತನ್ನತ್ತ ಸೆಳೆಯುತ್ತಿದೆ. ಬ್ಯಾಕ್‌ಪ್ಯಾಕರ್‌ಗಳು, ಪಿಕ್ನಿಕ್ ಹೋಗುವವರು, ಮಧುಚಂದ್ರಕ್ಕೆಂದು ಬಂದವರು, ಸ್ಕೂಬಾ ಡೈವರ್‌ಗಳು ಮತ್ತು ಬೀಚ್ ಪ್ರಿಯರಿಗೆ ಟಿಯೋಮನ್ ದ್ವೀಪವು ಅಕ್ಷಯಪಾತ್ರೆಯಿಂದೇ ಹೇಳಬಹುದು.ಪೆನಾಂಗ್ ಅಥವಾ ಲಂಕಾವಿಯಂತಹ ಮಟ್ಟದಲ್ಲಿ ಟಿಯೋಮ್ಯಾನ್ ದ್ವೀಪವು ಅಭಿವೃದ್ಧಿ ಹಾಗು ಪ್ರಚಾರ ಪಡೆದಿಲ್ಲವಾದರೂ ಜಲಕ್ರೀಡೆಗಳನ್ನು ಇಷ್ಟಪಡುವವರ ಪಾಲಿಗೆ ಇದು ಫೆವರಿಟ್ ಸ್ಪಾಟ್.

ಟಿಯೋಮನ್ ದ್ವೀಪವು ದಕ್ಷಿಣ ಚೀನಾ ಸಮುದ್ರದಲ್ಲಿ ಆಯಕಟ್ಟಿನ ಸ್ಥಳದಲ್ಲಿರುವ ಈ ದ್ವೀಪವು ಬಹಳ ಹಿಂದೆ ಕಡಲ್ಗಳ್ಳರು, ಮೀನುಗಾರರು ಮತ್ತು ವ್ಯಾಪಾರಿಗಳಿಗೆ ನೆಲೆಯಾಗಿತ್ತು.

ಮಲೇಷಿಯಾದಲ್ಲಿ ಪ್ರಚಲಿತವಿರುವ ದಂತಕತೆಯೊಂದರ ಪ್ರಕಾರ, ಸಿಂಗಾಪೂರ್‌ನ ಮಾಜಿ ರಾಜಕುಮಾರನನ್ನು ಭೇಟಿಯಾಗಲು ಸುಂದರ ಚೀನೀ ರಾಜಕುಮಾರಿಯೊಬ್ಬಳು ಚೀನಾದಿಂದ ಸಿಂಗಾಪುರಕ್ಕೆ ಹೋಗುವ ದಾರಿಯಲ್ಲಿ ಇಲ್ಲಿ ಕೆಲಕಾಲ ವಿಶ್ರಾಂತಿ ತೆಗೆದುಕೊಂಡಳಂತೆ. ನಂತರ ಅಲ್ಲಿನ ಸಮುದ್ರದ ಸೌಂದರ್ಯಕ್ಕೆ ಮನಸೋತು ತನ್ನನ್ನೇ ತಾನು ದ್ವೀಪವಾಗಿ ಪರಿವರ್ತಿಸಿಕೊಂಡು ಇಲ್ಲಿ ದ್ವೀಪವಾಗಿ ನೆಲೆನಿಂತಳು ಎಂಬ ಕತೆ ಪ್ರಚಲಿತದಲ್ಲಿದೆ. ಮರಳಿನ ಕಡಲತೀರಗಳು, ಹವಳದ ಬಂಡೆಗಳು, ಗುಡ್ಡಗಾಡು ನಿತ್ಯ ಹರಿದ್ವರ್ಣ ಮಳೆಕಾಡು, ಶುದ್ಧ ಹಾಗು ಪಾರದರ್ಶಕವಾಗಿ ಕಾಣುವ ನೀರು... ಇವೆಲ್ಲಾ ಸೇರಿ ಇಲ್ಲಿನ ಅಂದವನ್ನು ಇಮ್ಮಡಿಗೊಳಿಸಿವೆ. ಈ ಪ್ರಕೃತಿ ಸೌಂದರ್ಯದ ಜೊತೆಗೆ ಮಾನವ ನಿರ್ಮಿತ ವಾಟರ್ ಸ್ಪೋರ್ಟ್ಸ್ ಗಳು, ಇಲ್ಲಿನ ರೆಸಾರ್ಟುಗಳು, ಇಲ್ಲಿನ ಫೆರಿ ಅಥವಾ ದೋಣಿಯ ಪ್ರಯಾಣ ಇಲ್ಲಿನ ಸೌಂದರ್ಯವನ್ನು ಮತ್ತಷ್ಟು ಹೆಚ್ಚಿಸಿವೆ.

ಅಂದಹಾಗೆ ಇಲ್ಲಿಗೆ ಹೋಗುವ ಮೊದಲು ನೀವು ನೆನಪಿಟ್ಟುಕೊಳ್ಳಬೇಕಾದ ಒಂದು ಮುಖ್ಯ ಅಂಶವೆಂದರೆ ಎಲ್ಲಿ ನೀವು ಉಳಿದುಕೊಳ್ಳಲು ಪ್ಲಾನ್ ಮಾಡಿದ್ದೀರಾ ಅನ್ನುವುದು. ಇದೊಂದು ಸಮುದ್ರದಂಡೆಗಳ ಸಮೂಹ. ಒಂದೊಂದು ಬೀಚಿನಲ್ಲೂ ಒಂದೊಂದು ರೆಸಾರ್ಟುಗಳಿವೆ. ನಾವು ಇಲ್ಲಿಗೆ ಹೋಗಿದ್ದಾಗ ಇಲ್ಲಿನ ಪಾಯ ಎಂಬ ಬೀಚಿನಲ್ಲಿ (ಪಾಯ ಬೀಚ್ ರೆಸಾರ್ಟ್ ನಲ್ಲಿ) ಉಳಿದುಕೊಂಡಿದ್ದೆವು. ನಿಮ್ಮ ಬಜೆಟ್ ಗೆ ಸರಿಹೊಂದುವ ರೆಸಾರ್ಟ್ ಅನ್ನು ಮೊದಲೇ ಆನ್ಲೈನ್ ಅಲ್ಲಿ ಬುಕ್ ಮಾಡಿಕೊಂಡು ಬನ್ನಿ. ನೇರವಾಗಿ ಇಲ್ಲಿಗೆ ಬಂದಾದಮೇಲೆ ರೆಸಾರ್ಟುಗಳಲ್ಲಿ ರೂಮುಗಳು ಸಿಗದೇ ಹೋಗಬಹುದು.

ನೋಡಲು ಏನೇನಿದೆ?

ಸ್ನಾರ್ಕಲಿಂಗ್ : ಟಿಯೋಮ್ಯಾನ್ ಐಲ್ಯಾಂಡ್ ಹೆಳಿಕೇಳಿ ವಾಟರ್ ಸ್ಪೋರ್ಟ್ಸ್ ಗಂದೇ ಪ್ರಸಿದ್ಧವಾದ ದ್ವೀಪ. ಹಾಗಾಗಿ ಇಲ್ಲಿನ ಸ್ನಾರ್ಕಲಿಂಗ್ ಅಂತೂ ಜಗತ್ಪ್ರಸಿದ್ಧಿ. ಇದನ್ನೂ ಕೂಡ ನೀವು ಮೊದಲೇ ಬುಕ್ ಮಾಡಿಕೊಳ್ಳಬಹುದು. ವಾಟರ್ ಜಾಕೆಟ್, ಜಾಲಪಾದ, ಬೆನ್ನಿಗೊಂದು ಸಿಲಿಂಡರ್, ಕಣ್ಣಿಗೊಂದು ಕನ್ನಡಕ ಕೊಟ್ಟು ದೋಣಿಯೊಂದರಲ್ಲಿ ಸಮುದ್ರದ ಮಧ್ಯಭಾಗಕ್ಕೆ ಕರೆತರುತ್ತಾರೆ. ಅವರು ತೋರಿಸಿದ ಜಾಗದಲ್ಲಿ ಸಮುದ್ರಕ್ಕೆ ಡೈ ಹೂಡೆದು ನೀರಿನಲ್ಲಿ ಮುಳುಗಿದರೆ ಸಮುದ್ರದ ವಿವಿಧ ಜಾತಿಯ ಮೀನುಗಳು, ಏಡಿಗಳು ಸೇರಿದಂತೆ ಪ್ರಾಣಿಗಳ

ನೋಟ ಕಾಣಸಿಗುತ್ತದೆ. ಸಮುದ್ರದ ಆಳದಲ್ಲಿರುವ ಮುತ್ತುಗಳು, ಅಥವಾ ಕಪ್ಪೆಚಿಪ್ಪುಗಳು, ಸಸ್ಯಗಳು ಇವುಗಳನ್ನೆಲ್ಲ ನೋಡುವ ಸೌಭಾಗ್ಯ ನಿಮ್ಮದಾಗುತ್ತದೆ. ಅರ್ಧ ದಿನ ಅಥವಾ ಪೂರ್ತಿ ದಿನದ ಪ್ಯಾಕೇಜುಗಳು ಇಲ್ಲಿ ಸಿಗುತ್ತವೆ. ಗಂಟೆಗಳ ಕಾಲ ಸಮುದ್ರದ ಮೀನಿನ ಜೊತೆಜೊತೆಗೆ (ಅನಿಮಲ್ ಪ್ಲಾನೆಟ್ ಅಥವಾ ಇನ್ನಾವುದೇ ಚಾನೆಲ್ ನಲ್ಲಿ ಜಲಸಾಹಸಿಗರು ಈಜಾಡುವ ರೀತಿಯಲ್ಲೇ) ಈಜಾಡುವ ಅವಕಾಶವನ್ನು ಖಂಡಿತ ಮಿಸ್ ಮಾಡಿಕೊಳ್ಳಲೇಬೇಡಿ.

ಸ್ಕೂಬಾ ಡೈವಿಂಗ್: ಸ್ಕೂಬಾ ಡೈವಿಂಗ್ ಅನ್ನು ಅಂತೂ ಖಂಡಿತ ನೀವು ಯೂಟ್ಯೂಬ್ ನ ವಿಡಿಯೋ ಅಥವಾ ಸಿನಿಮಾಗಳಲ್ಲಿ ನೋಡಿಯೇ ಇರುತ್ತೀರಿ. ನಿಮಗೆ ಕೂಡ ಆ ರೀತಿಯ ಸ್ಕೂಬಾ ಡೈವಿಂಗ್ ಮಾಡಬೇಕೆಂಬ ಆಸೆ ಇದೆಯೇ? ಹಾಗಾದರೆ ಅದಕ್ಕೆ ಉತ್ತರ ಟಿಯೋಮ್ಯಾನ್ ಐಲ್ಯಾಂಡ್. ವಿವಿಧ ರೀತಿಯ ಪ್ಯಾಕೇಜುಗಳು ಇಲ್ಲಿ ಲಭ್ಯ.

ಮೆರೈನ್ ಪಾರ್ಕ್: ಅನೇಕ ರೀತಿಯ ಸಸ್ಯ ಹಾಗು ಪ್ರಾಣಿಸಂಕುಲಗಳ ಬಗೆಗಿನ ಮಾಹಿತಿಗಳ ಕಣಜ ಇಲ್ಲಿನ ಮೆರೈನ್ ಪಾರ್ಕ್. ಖಂಡಿತ ತಪ್ಪದೆ ಇಲ್ಲಿಗೆ ಭೇಟಿಕೊಡುವುದನ್ನು ಮಾತ್ರ ಮರೆಯಬೇಡಿ.

ಪರ್ವತಾರೋಹಣ: ಸಮುದ್ರ ಮಟ್ಟದಿಂದ 1030 ಮೀಟರ್ ಎತ್ತರದ ಗುನುಂಗ್ ಕಜಾಂಗ್ ಅನ್ನು ಹತ್ತುವುದು ಇಲ್ಲಿನ ಪ್ರಮುಖ ಸಾಹಸಗಳಲ್ಲಿ ಒಂದು. ಇಲ್ಲಿನ ಕಡಿದಾದ ಕಾಡಿನಲ್ಲಿ ರಸ್ತೆ ತಪ್ಪಿ ಹೋಗುವ ಸಂಭವವೂ ಇದೆ. ಹಾಗಾಗಿ ಲೋಕಲ್ ಟೂರಿಸ್ಟ್ ಗೈಡ್ ಒಬ್ಬರ ಜೊತೆಯಲ್ಲಿ ಹೋಗುವುದು ಉತ್ತಮ. ಇಲ್ಲಿನ ಕಡಿದಾದ ಕಾಲುದಾರಿಯಲ್ಲಿ ನಡೆಯುತ್ತಾ ಸಾಗುವಾಗ ಸಿಗುವ ಆನಂದವಂತೂ ಸ್ವರ್ಗಕ್ಕೆ ಮೂರ್ ಗೇಣು.

ಸುಂದರ ಕಡಲ ಕಿನಾರೆಗಳು: ಟಿಯೋಮ್ಯಾನ್ ಕೇವಲ ಸ್ನಾರ್ಕಲಿಂಗ್ ಅಥವಾ ಇತರ ವಾಟರ್ ಸ್ಪೋರ್ಟ್ಸ್ ಗಳಲ್ಲಿ ಅಭಿರುಚಿ ಇರುವವರಿಗೆ ಮಾತ್ರ ಎಂದುಕೊಂಡರೆ ನಿಮ್ಮ ಊಹೆ ತಪ್ಪು. ಸ್ನಾರ್ಕ್ಲಿಂಗ್ ಮತ್ತು ಇತರ ವಾಟರ್ ಸ್ಪೋರ್ಟ್ಸ್ ಹೊರತುಪಡಿಸಿ ನೋಡಿದರೂ ಕೂಡ ಟಿಯೋಮ್ಯಾನ್ ನಲ್ಲಿ ಬೇಕಾದಷ್ಟು ಆಕರ್ಷಣೆಗಳಿವೆ. ಅವುಗಳಲ್ಲಿ ಪ್ರಮುಖವಾದುದು ಇಲ್ಲಿನ ಸುಂದರ ಕಡಲ ಕಿನಾರೆಗಳು. ಜೂವರ,ನಿಪ,ಪಾಯ,ಎ.ಬಿ.ಸಿ. ಮಂಕಿ ಬೀಚ್ ಸೇರಿದಂತೆ ಅನೇಕ ಸುಂದರ ಕಡಲ ತೀರಗಳು ಇಲ್ಲಿವೆ. ಈ ಕಡಲ ತೀರದ ಮರಳಿನ ಮೇಲೆ ಚಾಪೆ ಹಾಸಿ ಕುಳಿತು, ನಿಮಗಿಷ್ಟವಾದ ಬಿಯರ್ ಕುಡಿಯುತ್ತಾ, ಸೀಫುಡ್ ಮೆಲ್ಲುತ್ತಾ ಕುಳಿತರೆ ಸಮಯ ಹೋದದ್ದೇ ತಿಳಿಯದು.

ಇವಿಷ್ಟೇ ಅಲ್ಲದೆ ಸುಂದರ ಸೂರ್ಯಾಸ್ತಮಾನ ವೀಕ್ಷಣೆ, ಮೆರ್ಸಿಂಗ್ ಮೆರೈನ್ ಪಾರ್ಕ್ ವಿಸಿಟ್, ಆಸಾ ಜಲಪಾತ, ಮಕುಟ್ ಸೇರಿದಂತೆ ಅನೇಕ ಜಾಗಗಳಿಗೆ ಭೇಟಿ ಕೊಡಬಹುದು. ಅಂದಹಾಗೆ ಇದು ತೆರಿಗೆರಹಿತ ದ್ವೀಪವಾಗಿದ್ದು, ಅತಿ ಕಡಿಮೆ ಬೆಲೆಯಲ್ಲಿ ಶಾಪಿಂಗ್ ಮಾಡಬಹುದು. ಅದರಲ್ಲೂ ನೀವು ಮದ್ಯಪ್ರಿಯರಾಗಿದ್ದರಂತೂ ಅತಿ ಕಡಿಮೆ ಬೆಲೆಯಲ್ಲಿ ಮದ್ಯವನ್ನು ಸವಿಯುವ ಅದೃಷ್ಟ ನಿಮ್ಮದಾಗುವುದು. ನೀವು ಉಳಿದುಕೊಂಡಿರುವ ರೆಸಾರ್ಟುಗಳಲ್ಲಿ ಸೈಕಲ್ಲುಗಳನ್ನು ಕೊಡುವ ವ್ಯವಸ್ಥೆಯಿದ್ದರೆ ಸೈಕಲ್ ತುಳಿದುಕೊಂಡು ಇಡೀ ದ್ವೀಪವನ್ನು ಸುತ್ತಾಡಿ ಬರಬಹುದು. ಇವೆಲ್ಲದರ ಜೊತೆಗೆ ನೀವು ಟ್ರೆಕಿಂಗ್ ಪ್ರಿಯರಾಗಿದ್ದರೆ ಇಲ್ಲಿ ಜಂಗಲ್ ಟ್ರೆಕಿಂಗ್ ಕೂಡ ಉಂಟು.

ಹನಿಮೂನ್ ಬರುವ ಜೋಡಿಗಳಿಗೆ, ಅಥವಾ ಸ್ನೇಹಿತರೊಡನೆ ಭೇಟಿಕೊಡುವವರಿಗೆ ಇದು ನಿಜವಾಗಿಯೂ ಸ್ವರ್ಗದಂತೆ ಭಾಸವಾಗುವುದು ಖರೆ. ಬೇರೆ ದ್ವೀಪಗಳಿಗೆ ಹೋಲಿಸಿದರೆ ಹಣ ಜಾಸ್ತಿಯೇ ಖರ್ಚಾಗಬಹುದು. ಹಾಗಾಗಿ ಜೇಬಿನ ಮೇಲೆ ನಿಗಾ ಇರಲಿ. ರೆಸಾರ್ಟ್ ಅನ್ನು ಮೊದಲೇ ಬುಕ್ ಮಾಡಿಕೊಂಡರೆ ದೊಡ್ಡ ಮೊತ್ತದ ಹಣ ಉಳಿತಾಯ ಆಗುವುದಂತೂ ನಿಜ. ಟಿಯೋಮ್ಯಾನ್ ಐಲ್ಯಾಂಡ್ ಅನ್ನು ನಿಮ್ಮ ಮಲೇಷಿಯಾ ಪ್ರವಾಸಿ ಪಟ್ಟಿಗೆ ಈಗಲೇ ಸೇರಿಸಿಕೊಂಡುಬಿಡಿ.

12
ಪೆನಾಂಗ್ ಎಂಬ ಸುರಸುಂದರಿ

ಪೆನಾಂಗ್ ಮಲೇಷಿಯಾದ ಒಂದು ಚಿಕ್ಕ ರಾಜ್ಯವಾಗಿದ್ದು, ರಾಜಧಾನಿ ಜಾರ್ಜ್ ಟೌನ್ ಇರುವ ಪೆನಾಂಗ್ ದ್ವೀಪ ಮತ್ತು ಮಲಯ ಪೆನಿನ್ಸುಲಾದ ಸೆಬೆರಾಂಗ್ ಪೆರೈ ಎಂಬ ಎರಡು ಭಾಗಗಳನ್ನು ಹೊಂದಿದೆ. ಈ ಎರಡೂ ಭಾಗಗಳೂ ಮಲೇಷ್ಯಾದ ಎರಡು ಉದ್ದದ ರಸ್ತೆ ಸೇತುವೆಗಳಾದ ಪೆನಾಂಗ್ ಸೇತುವೆ ಮತ್ತು ಆಗ್ನೇಯ ಏಷ್ಯಾದ ಅತಿ ಉದ್ದದ ಸಾಗರೋತ್ತರ ಸೇತುವೆ ಸುಲ್ತಾನ್ ಅಬ್ದುಲ್ ಹಲೀಮ್ ಮುಅದ್ಝಮ್ ಷಾ ಸೇತುವೆಯಿಂದ ಸಂಪರ್ಕಗೊಳ್ಳುವಂತೆ ಮಾಡಲಾಗಿದೆ. ಸುಮಾರು ಇಪ್ಪತ್ತು ಲಕ್ಷ ಜನಸಂಖ್ಯೆ ಇರುವ ಪೆನಾಂಗ್ ಅತಿ ಹೆಚ್ಚು ಜನಸಂಖ್ಯಾ ಸಾಂದ್ರತೆಯನ್ನು ಹೊಂದಿರುವ ಮತ್ತು ಮಲೇಷಿಯಾದ ಅತ್ಯಂತ ನಗರೀಕರಣಗೊಂಡ ರಾಜ್ಯಗಳಲ್ಲಿ ಒಂದಾಗಿದೆ. ಜನಸಂಖ್ಯೆಯ ಪ್ರಕಾರ ನೋಡಿದರೂ ಕೂಡ ಸೆಬೆರಾಂಗ್ ಪೆರೈ ಮಲೇಷ್ಯಾದ ಎರಡನೇ ಅತಿ ದೊಡ್ಡ ನಗರವಾಗಿದೆ. ಇಲ್ಲಿನ ಸನಸಂಖ್ಯೆ ವಿವಿಧ ಜನಾಂಗ, ಸಂಸ್ಕೃತಿ, ಭಾಷೆ ಮತ್ತು ಧರ್ಮಗಳಿಂದ ಕೂಡಿದೆ. ಮಲೇಷಿಯಾ ಮೂಲ ನಿವಾಸಿಗಳು, ಚೈನೀಸ್ ಮತ್ತು ಭಾರತೀಯರು - ಈ ಮೂರು ಸಂಸ್ಕೃತಿಗಳ ಸಂಗಮ ಪೆನಾಂಗ್. ಅದ್ಭುತವಾದ ಇತಿಹಾಸ, ನೈಸರ್ಗಿಕ ಸಂಪನ್ಮೂಲಗಳು, ವಿಶಾಲವಾದ ಸಾಗರದ ದಂಡೆ, ಇಲ್ಲಿನ ಸಂಸ್ಕೃತಿ - ಇವುಗಳನ್ನೆಲ್ಲ ಸೇರಿಸಿ, ಜಾರ್ಜ್ ಟೌನ್ ನಗರವನ್ನು ಯುನೆಸ್ಕೋ ವಿಶ್ವ ಪರಂಪರೆಯ ತಾಣವೆಂದು ಗುರ್ತಿಸಲ್ಪಟ್ಟಿದೆ.

ಪೆನಾಂಗ್ ನ ಇತಿಹಾಸ: 1786 ರಲ್ಲಿ ಫ್ರಾನ್ಸಿಸ್ ಲೈಟ್‌ನಿಂದ ಜಾರ್ಜ್ ಟೌನ್ ಅನ್ನು ಸ್ಥಾಪಿಸುವ ಮೂಲಕ ಪೆನಾಂಗ್ ನ ಇತಿಹಾಸ ಆರಂಭವಾಗುತ್ತದೆ. ನಂತರ ಇದು 1867 ರಲ್ಲಿ ಬ್ರಿಟಿಷ್ ಆಡಳಿತಕ್ಕೆ ಒಳಪಟ್ಟಿತು. ಎರಡನೆಯ ಮಹಾಯುದ್ಧದ ಸಮಯದಲ್ಲಿ ಜಪಾನ್ ಪೆನಾಂಗ್ ಅನ್ನು ವಶಪಡಿಸಿಕೊಂಡಿತು. ಮತ್ತೆ 1945 ರಲ್ಲಿ ಬ್ರಿಟಿಷರು ಪೆನಾಂಗ್ ಅನ್ನು ಹಿಂಪಡೆದರು. ಪೆನಾಂಗ್ ಅನ್ನು ನಂತರ ಫೆಡರೇಶನ್ ಆಫ್ ಮಲಯಾ (ಈಗ ಮಲೇಷ್ಯಾ) ನೊಂದಿಗೆ ವಿಲೀನಗೊಳಿಸಲಾಯಿತು. ಇದು 1957 ರಲ್ಲಿ ಬ್ರಿಟಿಷರಿಂದ ಸ್ವಾತಂತ್ರ್ಯವನ್ನು ಗಳಿಸಿತು.

ಯುನೆಸ್ಕೋ ದ ವಿಶ್ವ ಪರಂಪರೆ ನಗರಗಳ ಪಟ್ಟಿಯಲ್ಲಿ ಸ್ಥಾನ ಪಡೆದಿರುವ ಪೆನಾಂಗ್ ಬಹುಶಃ ಮಲೇಷಿಯಾ ರಾಜಧಾನಿ ಕೌಲಲಾಂಪುರ ನಂತರ ಅತಿ ಹೆಚ್ಚು ಜನ ವಿದೇಶಿ ಪ್ರವಾಸಿಗರನ್ನು ಆಕರ್ಸಿಸುವ ಪ್ರವಾಸಿತಾಣವೆಂದರೂ ಬಹುಶಃ ತಪ್ಪಾಗಲಾರದೇನೋ. ಸುಮಾರು ನಾಲ್ಕು ದಿನ ಪೂರ್ತಿ ಸುತ್ತಾಡುವಷ್ಟು ಸುಂದರ ತಾಣಗಳು ಇಲ್ಲಿವೆ. ಕೆಲವು ನೈಸರ್ಗಿಕ ತಾಣಗಳಾದರೆ ಇನ್ನೂ ಕೆಲವು ಮಾನವ ನಿರ್ಮಿತಗಳು.

ಪೆನಾಂಗ್ ಬೀಚುಗಳು: ಪೆನಾಂಗ್ ಪ್ರೇಕ್ಷಣೀಯ ತಾಣಗಳ ಪೈಕಿ ನನ್ನ ಪ್ರಕಾರ ಮೊದಲ ಆದ್ಯತೆ ಇಲ್ಲಿನ ಸುಂದರ ಕಡಲ ದಂಡೆಗಳು. ಹೌದು. ಹೇಳಿಕೇಳಿ ಪೆನಾಂಗ್ ಇಲ್ಲಿನ ಬೀಚುಗಳಿಗೆ ಪ್ರಸಿದ್ಧಿ. ಇಲ್ಲಿನ ವಿಶಾಲ ಕಡಲ ತೀರದಲ್ಲಿ ಸೀ ಫುಡ್ ಸವಿಯುತ್ತಾ ಸಂಜೆಯನ್ನು ಕಳೆಯುವುದೇ ಒಂದು ಸೊಗಸು.

ಪೆನಾಂಗ್ ಹಿಲ್: ಪೆನಾಂಗ್ ನಲ್ಲಿ ಅತಿ ಹೆಚ್ಚು ಜನ ಇಷ್ಟ ಪಡುವ ಇನ್ನೊಂದು ತಾಣವೆಂದರೆ ಪೆನಾಂಗ್ ಹಿಲ್. ಜಾರ್ಜ್ ಟೌನ್ ನಗರದಿಂದ ಸುಮಾರು ಹತ್ತು ಕಿಲೋಮೀಟರ್ ದೂರದಲ್ಲಿರುವ ಪೆನಾಂಗ್ ಹಿಲ್ ಅನ್ನು ಏರುವ ಅನುಭವ ಊಹೆಗೂ ನಿಲುಕದ್ದು. 1923 ರಲ್ಲಿ ನಿರ್ಮಾಣವಾದ ರೈಲ್ವೆ ಟ್ರ್ಯಾಕ್ ಇದು. ಏಶಿಯಾದ ಅತಿ ಹಳೆಯ ರೈಲ್ವೆ ಟ್ರ್ಯಾಕುಗಳಲ್ಲಿ ಒಂದಾಗಿರುವ ಪೆನಾಂಗ್ ರೈಲ್ವೆ ಟ್ರ್ಯಾಕ್ ನಲ್ಲಿ ಸಂಚರಿಸುತ್ತಾ ಈ ಬೆಟ್ಟದ ಸೌಂದರ್ಯವನ್ನು ಸವಿಯಬಹುದು. ಪೆನಾಂಗ್ ನ ಕಡಿದಾದ ಗುಡ್ಡವನ್ನು ಮೇಲ್ಮುಖವಾಗಿ ಏರುತ್ತಾ ಸಾಗುವ ಸುಮಾರು ಹತ್ತರಿಂದ ಇಪ್ಪತ್ತು ನಿಮಿಷದ ಈ ರೈಲು ಪ್ರಯಾಣ ನಿಮ್ಮನ್ನು ಅದ್ಭುತ ಲೋಕಕ್ಕೆ ಕರೆದೊಯ್ಯುತ್ತದೆ.

ಕರು ಮಾರಿಯಮ್ಮ ದೇವಾಲಯ: ವಿಶಾಲ ಭೂಪ್ರದೇಶದಲ್ಲಿ ಹರಡಿರುವ ಕರು ಮಾರಿಯಮ್ಮ ದೇವಾಲಯ ಭಾರತೀಯ ವಾಸ್ತುಶಿಲ್ಪಕ್ಕೆ ಅನುಸಾರವಾಗಿ ನಿರ್ಮಾಣಗೊಂಡಿದೆ. ಇಲ್ಲಿನ ಶಿಲ್ಪಕಲೆಯನ್ನು ನೋಡಲು ಬರುವ ವಿದೇಶಿಗರ ದೊಡ್ಡ ದಂಡೇ ಇಲ್ಲಿ ನೆರೆದಿರುತ್ತದೆ.

ಪೆನಾಂಗ್ 3 ಡಿ ಆರ್ಟ್ ಮ್ಯೂಸಿಯಂ : ದೈತ್ಯ ಪ್ರಾಣಿಯ ಬಾಯಿಯ ಒಳಗೆ ಹೋಗಿ ಕುಳಿತು ಫೋಟೋ ತೆಗೆಸಿಕೊಳ್ಳಬೇಕೇ? ದೊಡ್ಡ ಮೊಸಳೆಯ ಬಾಯಿ ಸೀಳಬೇಕೆ? ಈ ರೀತಿಯ ವಿವಿಧ ವಿನ್ಯಾಸದ ಸೆಲ್ಫಿಗಳಿಗೆ ಹೇಳಿ ಮಾಡಿಸಿದ ಜಾಗ ಈ 3 ಡಿ ಮ್ಯೂಸಿಯಂ. ಇಲ್ಲಿನ ವಿವಿಧ 3 ಡಿ ಕಲಾಕೃತಿಗಳ ಮುಂದೆ ನಿಂತು ನೀವು ಸೆಲ್ಫಿ ತೆಗೆದುಕೊಂಡರೆ ಅದೆಷ್ಟು ನೈಜವಾಗಿರುತತದೆಯೆಂದರೆ ಆ ಫೋಟೋವನ್ನು ಒಮ್ಮೆ ನೋಡಿದರೆ ಅದು 3 ಡಿ ಕಲಾಕೃತಿ ಎಂದು ಸ್ವತಃ ನೀವೇ ನಂಬಲಾರಿರಿ.

ಪೆನಾಂಗ್ ಸೇತುವೆ: ಇಂಗ್ಲೆಂಡಿಗೆ ಲಂಡನ್ ಸೇತುವೆಯಿದ್ದಂತೆ ಮಲೇಷಿಯಾ ನಿವಾಸಿಗಳಿಗೆ ಈ ಪೆನಾಂಗ್ ಸೇತುವೆಯೆಂದರೆ ತಪ್ಪಾಗಲಾರದು. ದಕ್ಷಿಣ ಏಷ್ಯಾದ ಈ ಐದನೇ ಅತಿ ಉದ್ದದ ಸೇತುವೆಯಾದ, ಸುಮಾರು 13.5 ಕಿಮೀ ಉದ್ದದ ಈ ಸೇತುವೆಯ ಮೇಲೆ ಸಾಗುವ ಪ್ರಯಾಣದ ಆನಂದವನ್ನು ಪ್ರಯಾಣ ಮಾಡಿಯೇ ತಿಳಿಯಬೇಕು. ಸದಾ ಜನರಿಂದ ಗಿಜಿಗುಡುವ ಈ ಸೇತುವೆಯಲ್ಲಿ ಹಲವಾರು ಮಹತ್ತದ ಮ್ಯಾರಥಾನ್ ಗಳು ಸಹ ನಡೆಯುತ್ತವೆ.

ಪೆನಾಂಗ್ ಪಕ್ಷಿಧಾಮ : ಹಂಸಗಳು, ರಾಜಹಂಸಗಳು, ಬಾತುಕೋಳಿಗಳು ಮತ್ತು ಪೆಲಿಕಾನ್‌ಗಳಂತಹ ವಿವಿಧ ಮಾದರಿಯ 300 ಕ್ಕೂ ಹೆಚ್ಚು ಜಾತಿಯ 3000 ಕ್ಕೂ ಹೆಚ್ಚಿನ ಪಕ್ಷಿಗಳನ್ನು ಅವುಗಳ ನೈಸರ್ಗಿಕ ಶೈಲಿಯ ಆವಾಸಗಳು, ಗೂಡುಗಳಲ್ಲೇ ನೋಡುವ ಅವಿಸ್ಮರಣೀಯ ಅನುಭವ ನಿಮಗೆ ಇಲ್ಲಿ ದೊರೆಯಲಿದೆ. ಪಕ್ಷಿಗಳ ಜೊತೆಗೆ, ಮೊಸಳೆಗಳು, ಆಮೆಗಳು, ಮಂಗಗಳು ಮತ್ತು ಹೆಬ್ಬಾವು ಸೇರಿದಂತೆ ಅನೇಕ ಪ್ರಾಣಿಗಳು ಮತ್ತು ಸರೀಸೃಪಗಳನ್ನು ನೀವಿಲ್ಲಿ ಕಾಣಬಹುದು.

ಕೇಕ್ ಲೋಕ ಸಿ ಬೈಸನೀಸ್ ದೇವಸ್ಥಾನ : ಶತಮಾನದಷ್ಟು ಹಳೆಯದಾದ ಮತ್ತು ಮಲೇಷ್ಯಾದ ಅತಿದೊಡ್ಡ ಬೌದ್ಧ ದೇವಾಲಯ, ಪೆನಾಂಗ್ ನ ಪ್ರಮುಖ ಪ್ರವಾಸಿಸ್ಥಳಗಳಲ್ಲಿ ಒಂದು. ಸುಮಾರು 12 ಹೆಕ್ಟೇರ್‌ಗಂತಲೂ ಹೆಚ್ಚು ಪ್ರದೇಶವನ್ನು ಆವರಿಸಿರುವ ಈ ದೇವಾಲಯವನ್ನು ತಲುಪುವುದೇ ಒಂದು ವಿಶಿಷ್ಟ ಅನುಭವ. ವರ್ಣರಂಜಿತ ಪ್ರಾರ್ಥನಾ ಮಂದಿರಗಳು, ಸುಂದರವಾಗಿ ಅಲಂಕರಿಸಿದ ಉದ್ಯಾನಗಳು, ಮೀನು ಮತ್ತು ಆಮೆಗಳಿರುವ ಕೊಳಗಳು ಮತ್ತು ಅನೇಕ ಲ್ಯಾಂಟನ್‌ಗ್‌ಳು ಈ ದಾರಿಯಲ್ಲಿವೆ.

ಪೆನಾಂಗ್ ಬೊಟಾನಿಕಲ್ ಗಾರ್ಡನ್ಸ್: ಸುಮಾರು 30-ಹೆಕ್ಟೇರ್ ನಷ್ಟು ವಿಸ್ತೀರ್ಣದ ಈ ಉದ್ಯಾನವು ಪ್ರವಾಸಿಗರ ಹಾತ್ ಫೆವರಿಟ್ ತಾಣ. ಪೆನಾಂಗ್ ಜಲಪಾತದ ಸನಿಹದಲ್ಲೇ ಇರುವ ಈ ಬೊಟಾನಿಕಲ್ ಗಾರ್ಡನ್ ಕೂಡ ನೂರಾರು

ಜನ ಭೇಟಿ ಕೊಡುವ ವಿಶಿಷ್ಟ ತಾಣವಾಗಿದೆ.

ಪೆನಾಂಗ್ ವಾರ್ ಮ್ಯೂಸಿಯಂ: ಆಗ್ನೇಯ ಏಷ್ಯಾದ ಅತಿದೊಡ್ಡ ಯುದ್ಧ ವಸ್ತುಸಂಗ್ರಹಾಲಯವೆಂದು ಹೆಸರಾಗಿರುವ ಈ ಯುದ್ಧ ವಸ್ತು ಸಂಗ್ರಹಾಲಯವು ಮಲೇಷಿಯಾ ಇತಿಹಾಸದ ಚಿತ್ರಗಳನ್ನು ನಮ್ಮ ಕಣ್ಣೆದುರಿಗೆ ಬಿಚ್ಚಿಡುತ್ತದೆ. ಮಲೇಷಿಯಾ ದೇಶಕ್ಕಾಗಿ ಪ್ರಾಣತ್ಯಾಗ ಅನೇಕ ಮಹನೀಯರ ಸ್ಮಾರಕಗಳೂ ಸೇರಿದಂತೆ ಮಲೇಷಿಯಾ ಯುದ್ಧ ಇತಿಹಾಸಗಳ ಸಮಗ್ರ ಚಿತ್ರಣವನ್ನೂ ಇಲ್ಲಿ ಕಾಣಬಹುದು. ಯುದ್ಧಸಾಮಗ್ರಿ ಬಂಕರ್‌ಗಳು, ಪಿಲ್‌ಬಕ್ಸ್‌ಗಳು (ಕಾಂಕ್ರೀಟ್ ಪೋಸ್ಟ್‌ಗಳು ಅಥವಾ ಶತ್ರುಗಳ ಮೇಲೆ ಗುಂಡು ಹಾರಿಸುವಾಗ ಮರೆಮಾಡಲು ಬಳಸುವ ಸಣ್ಣ ಕೋಟಿಗಳು), ಸಂವಹನ ಕೇಂದ್ರ ಮತ್ತು ಸುರಂಗಗಳಿಂದ ತಪ್ಪಿಸಿಕೊಳ್ಳಲು ಜಲಾಂತರ್ಗಾಮಿ ನೌಕೆಗಳು ಇವುಗಳ ವಿವರಗಳೆಲ್ಲವನ್ನೂ ತಿಳಿಯಲು ಇದು ಹೇಳಿ ಮಾಡಿಸಿದ ಜಾಗ.

ಕಾರ್ನೀವಾಲೀಸನ ಕೋಟಿ : ಪೆನಾಂಗ್‌ನ ಸಂಸ್ಥಾಪಕರಾಗಿದ್ದ ಸರ್ ಫ್ರಾನ್ಸಿಸ್ ಲೈಟ್ ಅವರ ನಿರ್ದೇಶನದಲ್ಲಿ ಬ್ರಿಟಿಷ್ ಈಸ್ಟ್ ಇಂಡಿಯಾ ಕಂಪನಿ 18 ನೇ ಶತಮಾನದಲ್ಲಿ ನಿರ್ಮಿಸಿದ ಫೋರ್ಟ್ ಕಾನಾರ್ವಲಿಸ್ ಪೆನಾಂಗ್‌ನ ಅತ್ಯಂತ ಪ್ರಸಿದ್ಧ ದೃಶ್ಯಗಳಲ್ಲಿ ಒಂದಾಗಿದೆ. ಶತ್ರುಗಳ ದಾಳಿಯಿಂದ ಮತ್ತು ಜಲಪ್ರಳಯದಿಂದ ಸುರಕ್ಷಿತವಾಗಿಡುವ ಉದ್ದೇಶದಿಂದ ಈ ಕೋಟೆಯನ್ನು ನಿರ್ಮಿಸಲಾಯಿತು. ಇಷ್ಟು ವರ್ಷ ಕಳೆದರೂ ಇಂದಿಗೂ ಉತ್ತಮ ಸ್ಥಿತಿಯಲ್ಲಿರುವ ಈ ಕೋಟೆಯನ್ನು ತಪ್ಪದೆ ನೋಡಿ.

ಸ್ನೇಕ್ ಟೆಂಪಲ್: ಹೆಸರೇ ಸೂಚಿಸುವಂತೆ, ಪೆನಾಂಗ್‌ನಲ್ಲಿರುವ ಸ್ನೇಕ್ ಟೆಂಪಲ್ ಮಲೇಷ್ಯಾದ ಅತ್ಯಂತ ವಿಶಿಷ್ಟವಾದ ದೇವಾಲಯಗಳಲ್ಲಿ ಒಂದಾಗಿದೆ. 1805 ರಲ್ಲಿ ಹಾವುಗಳು ಈ ಕಟ್ಟಡದ ಕಡೆ ಬಂದಾಗ ಇಲ್ಲಿದ್ದ ಬೌದ್ಧ ಸನ್ಯಾಸಿಗಳು ಅವುಗಳನ್ನ ಸ್ವಾಗತಿಸಿ, ಅವುಗಳ ಆರೈಕೆ ಮಾಡಿದ್ದಾರೆಂದು ಪ್ರತೀತಿ. ದೇವಾಲಯದ ಎಲ್ಲಾ ಮೂಲೆಗಳಲ್ಲಿ ಹಾವುಗಳು ಸುತ್ತಿಕೊಂಡಿರುವುದನ್ನು, ಇಲ್ಲಿನ ಬಲಿಪೀಠದ ಮೇಲೆ ಹಾವುಗಳು ಮಲಗಿರುವುದನ್ನು ನೀವಿಲ್ಲಿ ನೋಡಬಹುದು. ನೀವು ಧೈರ್ಯವಂತರಾಗಿದ್ದರೆ ಹಾವನ್ನು ಕೈಲಿ ಹಿಡಿದುಕೊಂಡು ಸೆಲ್ಫಿ ಕೂಡ ತೆಗೆದುಕೊಳ್ಳಬಹುದು. ಇದುವರೆಗೂ ಪ್ರವಾಸಿಗರ ಮೇಲೆ ಈ ಹಾವುಗಳು ದಾಳಿ ಮಾಡಿರುವ ಒಂದೇ ಒಂದು ಉದಾಹರಣೆಯೂ ಇಲ್ಲ ಎಂದು ಹೇಳಲಾಗುತ್ತದೆ.

ಲಿಟಲ್ ಇಂಡಿಯಾ : ಪೆನಾಂಗ್ ಅನ್ನು ಸುತ್ತಾಡಿ ಆಯಾಸವಾಗಿ ಒಂದು ಸಮೋಸ, ಒಳ್ಳೆ ಖುಡಕ್ ಚಾಯ್ ಕುಡಿಯಬೇಕೆನ್ನಿಸಿದರೆ ಸೀದಾ ಲಿಟಲ್ ಇಂಡಿಯಾ ಕಡೆ ಬನ್ನಿ. ಹೆಸರೇ ಹೇಳುವಂತೆ ಇದು ಭಾರತೀಯರೇ ಹೆಚ್ಚಾಗಿರುವ

ಒಂದು ಪ್ರದೇಶ. ಅದರಲ್ಲೂ ತಮಿಳರಿಂದಲೇ ಕೂಡಿರುವ ಈ ಪ್ರದೇಶದಲ್ಲಿ ಬಾಳೆ ಎಲೆ ಊಟದಿಂದ ಹಿಡಿದು ಪಾನಿಪೂರಿ, ಮಸಾಲೆಪೂರಿ ತನಕ ಎಲ್ಲ ರೀತಿಯ ಭಾರತೀಯ ಖಾದ್ಯಗಳು, ಸೀರೆ-ಪಂಚೆ ಅಂಗಡಿಗಳು, ಪೂಜಾ ಸಾಮಗ್ರಿಗಳು ಎಲ್ಲವೂ ಲಭ್ಯ. ಒಂದು ಮಾತಿನಲ್ಲಿ ಹೇಳಬೇಕೆಂದರೆ ಇಲ್ಲಿಗೊಮ್ಮೆ ಬಂದರೆ ಚೆನ್ನೈ ನಗರದ ಒಳಗೆ ನೀವು ಪ್ರವೇಶಿದಂತೆ ನಿಮಗೆ ಅನುಭವವಾಗುತ್ತದೆ.

ಪೆನಾಂಗ್ ನಲ್ಲಿನ ಪ್ರೇಕ್ಷಣೀಯ ಸ್ಥಳಗಳ ಬಗ್ಗೆ ಬರೆಯುತ್ತಾ ಹೋದರೆ ಸುಮಾರು ಮೂವತ್ತಕ್ಕೂ ಹೆಚ್ಚು ಸ್ಥಳಗಳ ಬಗ್ಗೆ ಬರೆಯಬಹುದು. ಇಂತಹ ಸುಮಾರು ನಾಲ್ಕು ಎಪಿಸೋಡುಗಳಿಗಾಗುವಷ್ಟು ಸ್ಥಳಗಳು ಪೆನಾಂಗ್ ನಲ್ಲಿದೆ ಎಂದರೆ ನಂಬಿ. ಹೀಗಾಗಿಯೇ ಸಾವಿರಾರು ಪ್ರವಾಸಿಗರನ್ನು (ಅದರಲ್ಲೂ ವಿಶೇಷವಾಗಿ ವಿದೇಶಿಯರನ್ನು) ಪೆನಾಂಗ್ ತನ್ನೆಡೆಗೆ ಆಕರ್ಷಿಸುತ್ತಿದೆ. ಪೂರಿ, ಇಡ್ಲಿ, ದೋಸೆಯಿಂದ ಹಿಡಿದು ಬಾಳೆ ಎಲೆ ಊಟ, ಗೋಬಿ ಮಂಚೂರಿ ಯಂತಹ ಸಂಪೂರ್ಣ ಭಾರತೀಯ ಶೈಲಿಯ ಹತ್ತಾರು ರೆಸ್ಟೋರೆಂಟುಗಳು ಇಲ್ಲಿವೆ. ಖರ್ಚು ಕೂಡ ಇಲ್ಲಿ ಕಡಿಮೆಯೇ. ತಮಿಳು ಭಾಷೆ ನಿಮಗೆ ಗೊತ್ತಿದ್ದರೆ ಸಾಕು, ಇಡೀ ಪೆನಾಂಗ್ ಅನ್ನು ನಿಮ್ಮ ಸ್ವಂತ ಊರೇನೋ ಎನ್ನುವಷ್ಟು ಸಲೀಸಾಗಿ ಸುತ್ತಾಡಬಹುದು. ಚಿಕ್ಕ ಮಕ್ಕಳೂ ಸೇರಿದಂತೆ ಕುಟುಂಬ ಸಮೇತ ಮಲೇಷಿಯಾ ಪ್ರವಾಸ ಬರುತ್ತಿರುವವರಾದರೆ ಪೆನಾಂಗ್ ಒಂದು ಅತ್ಯುತ್ತಮ ಆಯ್ಕೆ. ಹಾ! ಅಂದ ಹಾಗೆ ಮಲೇಷಿಯಾ ದೇಶದಲ್ಲಿ ಅತಿ ರುಚಿಕಟ್ಟಾದ ಊಟ ಸಿಗುವುದು ಪೆನಾಂಗ್ ನಲ್ಲಿ ಎಂಬ ಮಾತಿದೆ. ದೂರದ ಊರುಗಳಿಂದ ವಾರಾಂತ್ಯಗಳಂದು ಊಟ ಮಾಡಲೆಂದೇ ಇಲ್ಲಿನ ಜನರು ಪೆನಾಂಗ್ ಹೋಗುತ್ತಾರೆಂದರೆ ನಂಬಿ. ಮಲೇಷಿಯಾ ಪ್ರವಾಸ ಬರುವಾಗ ಕನಿಷ್ಟ ಪಕ್ಷ ಎರಡು ದಿನಗಳ ಸಮಯವನ್ನು ಪೆನಾಂಗ್ ಗಾಗಿ ಮೀಸಲಿರಿಸಿಕೊಳ್ಳುವಂತೆ ಪ್ಲಾನ್ ಮಾಡಿಕೊಳ್ಳಿ.

13

ಕೆ.ಎಲ್. ಎಂಬ ಸುಂದರ ನಗರಿ

ಮಲೇಷಿಯಾದ ದರ್ಶನ ಮಾಡಿಸುವ "ಮರ್ವಾಲಸ್ ಮಲೇಷಿಯಾ"ದ ಕಡೆಯ ಸಂಚಿಕೆ ಇದು. ಮಲೇಷಿಯಾ ಸುತ್ತಾಡಿ ಇನ್ನೇನು ಭಾರತಕ್ಕೆ ವಾಪಾಸ್ ಹೋಗಬೇಕು ಎಂದು ತಯಾರಾಗಿದ್ದೀರಾ? ಸ್ವಲ್ಪ ತಾಳಿ. ಮಲೇಷಿಯಾದ ಹೆಮ್ಮೆಯ ರಾಜಧಾನಿಯಾದ ಕೌಲಲಂಪುರವನ್ನು ನೋಡದೆ ಹಿಂದಿರುಗಲು ಸಾಧ್ಯವೇ? ಮಲೇಷಿಯಾದ ಅತಿ ಪ್ರಸಿದ್ಧ ಆಕರ್ಷಣೆಯೇ ಇಲ್ಲಿನ ಟ್ವಿನ್ ಟವರ್, ಬಟು ಕೇವ್ಸ್, ಟಿಟಿವೆಂಗ್ಸ ಲೇಕ್... ಇವುಗಳನ್ನೆಲ್ಲ ನೋಡದೆ ವಾಪಾಸ್ ಇಂಡಿಯಾಗೆ ಹೊರಟುಬಿಟ್ಟಿರಲ್ಲ? ಬನ್ನಿ! ಮಲೇಷಿಯಾದ ರಾಜಧಾನಿ ಕೌಲಲಂಪುರವನ್ನು ಒಮ್ಮೆ ಸುತ್ತಾಡಿ ಬರೋಣ.

ಕೌಲಲಂಪುರ ನಗರದ ಇತಿಹಾಸ ಹಾಗು ಈ ನಗರದ ಭೌಗೋಳಿಕ ಸ್ವರೂಪಗಳನ್ನು ಈಗಾಗಲೇ ಲಿಟಲ್ ಇಂಡಿಯಾ ಅಂಕಣದಲ್ಲಿ ಹೇಳಿದ್ದೇನೆ. ಒಂದೊಮ್ಮೆ ಗಣಿಗಾರಿಕೆ ಹಾಗು ರೈಲ್ವೆ ವ್ಯವಸ್ಥೆಗೆ ಪೂರಕವಾಗುವಂತೆ ನಿರ್ಮಾಣವಾದ ಈ ನಗರ ಇಂದು ಜಗತ್ತಿನ ಅತ್ಯುತ್ತಮ ನಗರಗಳಲ್ಲಿಂದು ಎಂಬುವಷ್ಟರಮಟ್ಟಿಗೆ ಬೆಳೆದಿದೆ. ಯೂರೋಪ್, ಅಮೇರಿಕ ದಂತಹ ಮುಂದುವರೆದ ದೇಶಗಳ ನಗರಗಳಿಗೆ ಸ್ಪರ್ಧೆ ಒಡ್ಡುವಷ್ಟು ಮೂಲಭೂತ ಸೌಕರ್ಯಗಳು, ಅಚ್ಚುಕಟ್ಟಾದ ನಗರ ನಿರ್ಮಾಣ ವ್ಯವಸ್ಥೆ, ಇಲ್ಲಿನ ವೈವಿಧ್ಯಮಯ ಬಹುಸಂಸ್ಕೃತಿಗಳ ಮೂಲಕ ಏಶಿಯಾದ ದೊಡ್ಡ ಪ್ರವಾಸಿನಗರವಾಗಿ ರೂಪುಗೊಂಡಿದೆ. "ಮಲೇಷಿಯಾ-ಟ್ರೂಲಿ ಏಷ್ಯಾ" ಎಂಬ ಘೋಷವಾಕ್ಯವನ್ನೇ

ಹಣಪಟ್ಟಿಯಾಗಿಸಿಕೊಂಡು ಪ್ರತಿವರ್ಷ ಲಕ್ಷಾಂತರ ಜನರನ್ನು ತನ್ನೆಡೆಗೆ ಸೆಳೆಯುತ್ತಿದೆ. 2018 ವರ್ಷವೊಂದರಲ್ಲೇ 1.2 ಕೋಟಿಗೂ ಹೆಚ್ಚು ಪ್ರವಾಸಿಗರು ಇಲ್ಲಿಗೆ ಭೇಟಿಕೊಟ್ಟಿದ್ದರೆಂದರೆ ನಂಬಿ. ಅಯಸ್ಕಾಂತ ಕಬ್ಬಿಣವನ್ನು ಆಕರ್ಷಿಸುವಂತೆ ಪ್ರವಾಸಿಗರನ್ನು, ಸಿನಿಮಾ ಶೂಟಿಂಗ್ ತಂಡವನ್ನು ತನ್ನೆಡೆಗೆ ಆಕರ್ಷಿಸುತ್ತಿರುವ ಈ ಕೌಲಾಲಂಪುರವನ್ನು ಒಮ್ಮೆ ಸುತ್ತಾಡಿಕೊಂಡು ಬರೋಣ ಬನ್ನಿ.

ಮೊದಲಿಗೆ ಇಲ್ಲಿನ ಏರ್ಪೋಟ್. ಬೆಂಗಳೂರು ಅಥವಾ ಭಾರತದ ಯಾವುದೇ ನಗರದಿಂದ ಹೊರಟು ನೀವು ಕೌಲಾಲಂಪುರದಲ್ಲಿ ಇಳಿದೊಡನೇ ಇಲ್ಲಿನ ಏರ್ಪೋಟ್ ನಿಮ್ಮನ್ನು ಸ್ವಾಗತ ಮಾಡುವ ರೀತಿಯೇ ಅದ್ಭುತ. ಅಂದಹಾಗೆ ಇಲ್ಲಿ ಎರಡು ಮುಖ್ಯವಾದ ಅಂತಾರಾಷ್ಟ್ರೀಯ ವಿಮಾನನಿಲ್ದಾಣಗಳಿವೆ. ಕೆ.ಎಲ್.ಐ.ಎ - 1 ಮತ್ತು ಕೆ.ಎಲ್.ಐ.ಎ -2. ಕೆ.ಎಲ್.ಐ.ಎ - 2 ಹೊಸದಾಗಿ ಕಳೆದ ದಶಕದಲ್ಲಷ್ಟೇ ನಿರ್ಮಾಣವಾದ ಏರ್ಪೋಟ್. ಮುಂಚೆ ಇದ್ದ ಕೆ.ಎಲ್.ಐ.ಎ - 1 ಪಕ್ಕದಲ್ಲೇ ಇದು ಕೂಡ ಇದೆ. ಏಷಿಯಾದ ಅತ್ಯುತ್ತಮ ಹಾಗು ಅತಿ ಹೆಚ್ಚು ಜನದಟ್ಟಣೆಯ ಏರ್ಪೋಟ್ ಗಳಲ್ಲಿ ಇದು ಕೂಡ ಒಂದು. ಪ್ರತಿದಿನ ನೂರಾರು ವಿಮಾನಗಳು, ಸಾವಿರಾರು ಪ್ರಯಾಣಿಕರಿಗೆ ಈ ವಿಮಾನ ಸಂಪರ್ಕ ಕೇಂದ್ರವಾಗಿದೆ. ಅತಿ ವಿಶಾಲವಾದ ಹಾಗು ಭವ್ಯವಾದ ಈ ಏರ್ಪೋಟ್ ನಲ್ಲಿ ಇಳಿದು, ಔಪಚಾರಿಕ ಪ್ರಕ್ರಿಯೆಗಳೆಲ್ಲ ಮುಗಿದ ಮೇಲೆ ನಿಲ್ದಾಣದಿಂದ ಕೆ.ಎಲ್. (ಕೌಲ ಲಾಂಪುರವನ್ನು ಶಾರ್ಟ್ ಅಂಡ್ ಸ್ವೀಟ್ ಆಗಿ ಕೆ.ಎಲ್. ಎಂದೇ ಕರೆಯುವುದು) ನಗರಕ್ಕೆ ನಿಮಗೆ ಹೈ ಸ್ಪೀಡ್ ರೈಲು ಅಥವಾ ಬಸ್ ಗಳ ವ್ಯವಸ್ಥೆಯಿದೆ. ಸುಮಾರು ನಲ್ವತ್ತು ಕಿಲೋಮೀಟರ್ ದೂರದಲ್ಲಿರುವ ಕೆ.ಎಲ್. ನಗರವನ್ನು ಸೇರಲು ಬಸ್ಸಿನಲ್ಲಿ ಒಂದರಿಂದ ಎರಡು ಗಂಟೆ, ರೈಲಿನಲ್ಲಿ ನಲ್ವತ್ತು ನಿಮಿಷ ಹಿಡಿಯುತ್ತದೆ. ಆ ಬಸ್ ಅಥವಾ ರೈಲುಗಳು ನೇರವಾಗಿ ಕೆ.ಎಲ್.ನ ಹೃದಯವಾದ ಕೆ.ಎಲ್.ಸೆಂಟ್ರಲ್ (ಬೆಂಗಳೂರಿಗೆ ಮೆಜಸ್ಟಿಕ್ ಇದ್ದಂತೆ) ಗೆ ಬಂದು ಸೇರುತ್ತವೆ. ಕೆ.ಎಲ್. ಸೆಂಟ್ರಲ್ ನಲ್ಲಿ ನೀವು ಇಳಿದ ಕೂಡಲೇ ಹತ್ತು ಹೆಜ್ಜೆ ನಡೆದರೆ ಲಿಟಲ್ ಇಂಡಿಯಾ ಸಿಗುತ್ತದೆ (ಲಗೇಜ್ ಜಾಸ್ತಿ ಇದ್ದಾರೆ ಟ್ಯಾಕ್ಸಿ ಬೆಟರ್). ಲಿಟಲ್ ಇಂಡಿಯಾದಲ್ಲಿ ಅನೇಕ ಭಾರತೀಯ ಶೈಲಿಯ ಹೋಟೆಲುಗಳಿವೆ. ಕನ್ನಡ, ತೆಲುಗು, ತಮಿಳು, ಹಿಂದಿ ಇಲ್ಲಿನ ಬಹುತೇಕ ಎಲ್ಲರಿಗೂ ಗೊತ್ತು. ನೇರ ಹೋಟೆಲ್ ಗೆ ಹೋಗಿ ಚೆಕ್ ಇನ್ ಆಗಿ. ಕನ್ನಡದ ಬ್ರ್ಯಾಂಡ್ ಆದ ಎಂ.ಟಿ.ಆರ್. ಸೇರಿದಂತೆ ಅನೇಕ ರೆಸ್ಟೋರೆಂಟುಗಳಿವೆ. ಹಾಗಾಗಿ ಊಟ-ತಿಂಡಿಗೆ ಭಯವಿಲ್ಲ. ಪೊಂಗಲ್, ಬಿಸಿಬೇಳೆಬಾತ್, ಇಡ್ಲಿಯಿಂದ ಹಿಡಿದು ಬಾಳೆ ಎಲೆ ಊಟದವರೆಗೆ ಎಲ್ಲ ರೀತಿಯ ಭಾರತೀಯ ಖಾದ್ಯಗಳೂ ಇಲ್ಲಿ ಲಭ್ಯ.

ಎಂ.ಟಿ.ಆರ್.ನಲ್ಲಂತೂ ಅಡಿಗೆಭಟ್ಟರು ಕೂಡ ಕನ್ನಡ ಮಾತನಾಡುವವರೇ.

ಕೆ.ಎಲ್.ಸೆಂಟ್ರಲ್ ನಿಂದ ಕೆ.ಎಲ್. ನಗರದ ಮೂಲೆಮೂಲೆಗೂ ಸಂಚಾರ ವ್ಯವಸ್ಥೆಯಿದೆ. ಸಿಟಿ ಬಸ್, ಏರ್ಪೋರ್ಟ್ ರೈಲು, ಮೆಟ್ರೋ ರೈಲು, ಮೊನೊ ರೈಲು, ಎಲ್.ಆರ್.ಟಿ ರೈಲು, ಜೆಂಟಿಂಗ್ ಕಡೆಗೆ ಹೋಗುವ ಬಸ್ ಗಳು, ಸೇರಿದಂತೆ ಇಡೀ ಮಲೇಷಿಯಾದ ಮೂಲೆ ಮೂಲೆ ಸಂಪರ್ಕಿಸುವ ಬಸ್ ಹಾಗು ರೈಲುಗಳ ನಿಲ್ದಾಣ ಈ ಕೆ.ಎಲ್.ಸೆಂಟ್ರಲ್. ಹಾಗಾಗಿ ನೀವು ಹೋಗಬೇಕೆಂದುಕೊಂಡ ಕಡೆ ಹೋಗಲು ಲಿಟಲ್ ಇಂಡಿಯಾದ ಬಳಿಯ ಹೋಟೆಲ್ ನಲ್ಲಿ ಉಳಿದುಕೊಳ್ಳುವುದು ಕ್ಷೇಮ.

ಬಟು ಕೇವ್ಸ್ (ಕೆ.ಎಲ್. ನ ಫೇಮಸ್ ಸುಬ್ರಹ್ಮಣ್ಯ ದೇವಾಲಯ): ಅನೇಕ ಸಿನಿಮಾಗಳಲ್ಲಿ ನೀವು ಈಗಾಗಲೇ ದೊಡ್ಡ ಸುಬ್ರಹ್ಮಣ್ಣನ ವಿಗ್ರಹ ಇರುವ ಲೊಕೇಶನ್ ಅನ್ನು ನೋಡಿರುತ್ತೀರಿ. ಇದು ವಿಶ್ವದಲ್ಲೇ ಅತಿ ಎತ್ತರದ ಸುಬ್ರಹ್ಮಣ್ಯಸ್ವಾಮಿಯ ವಿಗ್ರಹ. ನೀವು ಕೆ.ಎಲ್.ನಗರಕ್ಕೆ ಹೊಸಬರಾಗಿದ್ದರೂ ಕೂಡ ಬಟು ಕೇವ್ಸ್ ದೇವಾಲಯಕ್ಕೆ ಹೋಗಲು ಯಾವುದೇ ಟ್ಯಾಕ್ಸಿ ಅವಶ್ಯಕತೆಯಿಲ್ಲ. ಟ್ಯಾಕ್ಸಿಯಲ್ಲಿ ಹೋದರೆ ಹಣವೂ ಹೆಚ್ಚು ಮತ್ತು ಟ್ರಾಫಿಕ್ ಕಿರಿಕಿರಿ ಕೂಡ ಉಂಟು. ಹಾಗಾಗಿ ನೇರ ಕೆ.ಎಲ್.ಸೆಂಟ್ರಲ್ ಗೆ ಬಂದು ಬಟು ಕೇವ್ಸ್ ಕಡೆ ಹೋಗುವ ಕೆ.ಟಿ.ಎಂ ರೈಲನ್ನು ಹತ್ತಿ ಕೂರಿ. ಮಲೇಷಿಯಾದ ಸಿಟಿ ರೈಲಿನಲ್ಲಿ ಪ್ರಯಾಣಿಸಿದ ಅನುಭವ ಕೂಡ ನಿಮ್ಮದಾಗುವುದು. ಆ ರೈಲಿನ ಕಟ್ಟ ಕಡೆಯ ನಿಲ್ದಾಣವೇ ಬಟು ಕೇವ್ಸ್ ಆದ್ದರಿಂದ ಎಲ್ಲೋ ಇಳಿದುಬಿಡಬಹುದೇನೋ ಎಂಬ ಭಯವೂ ಇಲ್ಲ. ಕಡೆಯ ನಿಲ್ದಾಣದಲ್ಲಿ ಇಳಿದೊಡನೇ ರೈಲು ನಿಲ್ದಾಣದಿಂದ ಆಚೆ ಬಂದರೆ ಸಾಕು ನೇರ ಬಟು ಕೇವ್ಸ್ ದೇವಾಲಯ ಗೇಟ್ ಮುಂದೆ ನಿಂತಿರುತ್ತೀರಿ. ಅಷ್ಟೇ. ನೇರ ಗೇಟ್ ಒಳಗೆ ಬನ್ನಿ. ಸುಮಾರು 270 ಕ್ಕೂ ಹೆಚ್ಚು ಮೆಟ್ಟಿಲು ಇರುವ ಈ ಬೆಟ್ಟವನ್ನು ನಡೆದು ಹತ್ತುವುದೇ ಒಂದು ರೋಮಾಂಚನ. ಶಾರ್ಟ್ಸ್ ಹಾಕಿಕೊಂಡು ಹತ್ತುವುದು ನಿಷಿದ್ಧ. ಒಂದು ವೇಳೆ ನೀವು ಶಾರ್ಟ್ ಹಾಕಿಕೊಂಡಿದ್ದೀರಾದರೆ ತಾತ್ಕಾಲಿಕವಾಗಿ ಬೆಟ್ಟ ಹತ್ತುವ ಮುಂಚೆ ಒಂದು ಲುಂಗಿ ಅಥವಾ ಪಂಚೆಯನ್ನು ಕೊಡುತ್ತಾರೆ. ಬೆಟ್ಟವನ್ನು ಹತ್ತಿ, ಅದರ ಒಳಗೆ ಇರುವ ದೇವಾಲಯ ಸಮುಚ್ಛಯಗಳನ್ನು ನೋಡಿ. ಭಾರತೀಯ ದೇವಾಲಯ ಶೈಲಿಯಲ್ಲೇ ದೇವರಿಗೆ ಅರ್ಚನೆ, ಪೂಜೆ, ಸೇವೆ ಎಲ್ಲವೂ ಇಲ್ಲಿ ಉಂಟು. ದೊಡ್ಡದಾದ ಗುಹೆಯ ಒಳಗೆ ಮಾಡಿರುವ ದೇವಾಲಯ ಅದು. ತಲೆ ಎತ್ತಿ ಒಮ್ಮೆ ಮೇಲೆ ನೋಡಿದರೆ ಕರ್ನಾಟಕದ ಯಾಣದಲ್ಲಿದ್ದಂತೆಯೇ ಬಂಡೆಕಲ್ಲುಗಳ ದರ್ಶನವಾಗುತ್ತದೆ. ಬೆಟ್ಟದಿಂದ ಕೆಳಗಿಳಿದು ಬಂದ ಮೇಲೂ ಕೂಡ ಹತ್ತಾರು ದೇವಾಲಯಗಳು ಇಲ್ಲಿವೆ. ಚಿಕ್ಕದಾದ ಮೃಗಾಲಯ ಕೂಡ ಇಲ್ಲಿದೆ. ಹೆಬ್ಬಾವನ್ನು

ಮ್ಯೆ ಮೇಲೆ ಕೂರಿಸಿಕೊಂಡು, ಪಕ್ಷಿಗಳನ್ನು ಕ್ಯೆ ಮೇಲೆ ಕೂರಿಸಿಕೊಂಡು ಫೋಟೋ ತೆಗೆಸಿಕೊಳ್ಳಬಹುದು. ಫಿಶ್ ಮಸಾಜ್ ವ್ಯವಸ್ಥೆ ಕೂಡ ಇದೆ. ಅಂದರೆ ಮೀನುಗಳಿರುವ ತೊಟ್ಟಿಯಲ್ಲಿ ಕಾಲು ಇಟ್ಟು ಸ್ವಲ್ಪ ಕಾಲ ಕುಳಿತರೆ ಸಾಕು. ಕಾಲಿನ ಉಗುರುಗಳ ಸಂದಿಯಲ್ಲಿರುವ ಕೊಳೆ ಹಾಗು ಬ್ಯಾಕ್ಟೀರಿಯಾಗಳನ್ನೆಲ್ಲ ಮೀನುಗಳು ತಿಂದು ಕ್ಲೀನ್ ಮಾಡುತ್ತವೆ. ಒಂಥರಾ ನ್ಯಾಚುರಲ್ ಮ್ಯಾನಿಕ್ಯೂರ್ ಇದು. ತಮಿಳರ ಥ್ಯೆಪೂಸಂ ಹಬ್ಬದ ದಿನ ಸಾವಿರಾರು ಜನರ ದೊಡ್ಡ ಜಾತ್ರೆಯೇ ಇಲ್ಲಿ ನಡೆಯುತ್ತದೆ. ಬೆಂಗಳೂರಿನ ಕರಗ ಅಥವಾ ಅಯ್ಯಪ್ಪ ಮಾಲಾಧಾರಿಗಳಂತೆಯೇ ಮ್ಯೆ ಮೇಲೆ ಮುರುಗನ್ ಸುಬ್ರಹ್ಮಣ್ಯರ ವಿಗ್ರಹ ಹೊತ್ತು ಬೆಟ್ಟ ಏರಿ ಸೇವೆ ಸಲ್ಲಿಸುತ್ತಾರೆ. ಇದರ ವೈಭವವಂತೂ ನೋಡಿಯೇ ಸವಿಯಬೇಕು. ಯೂಟ್ಯೂಬ್ ನಲ್ಲಿ ಇದರ ವಿಡಿಯೋಗಳು ಸಹ ಇವೆ. ಒಮ್ಮೆ ನೋಡಿ. ಒಟ್ಟಿನಲ್ಲಿ ಅರ್ಧದಿನ ಪೂರ್ತಿ ಬಟು ಕೇವ್ಸ್ ಗಾಗಿ ಮೀಸಲಿಡಬಹುದು.

ಕೆ.ಎಲ್.ಟವರ್: ಮಲೇಷಿಯಾದ ಸಂವಹನ ಮಾಧ್ಯಮದ ಅನುಕೂಲತೆಗೆಂದು ನಿರ್ಮಿಸಲಾದ ಕೆ.ಎಲ್. ಟವರ್ ಅನ್ನು ನೋಡಲು ಟ್ಯಾಕ್ಸಿಯಲ್ಲಿ ಹೋಗುವುದು ಸೂಕ್ತ. ಮಧ್ಯಾಹ್ನ ಹನ್ನೆರಡು ಗಂಟೆ ಸುಮಾರಿಗೆ ಹೋಗುವುದು ಸೂಕ್ತ. ಏಕೆಂದರೆ ಕೆಲವು ಗಂಟೆಗಳ ಕಾಲ ಇಲ್ಲಿ ಸುತ್ತಾಡಿ, ನಂತರ ಸನಿಹದಲ್ಲೇ ಇರುವ ಟ್ವಿನ್ ಟವರ್ ಗೆ ಮಧ್ಯಾಹ್ನ ಹೋಗಿ, ಸಂಜೆಯವರೆಗೂ ಅಲ್ಲಿದ್ದು, ರಾತ್ರಿ ಬೆಳಕಿನಲ್ಲಿ ಟ್ವಿನ್ ಟವರ್ ನ ಸೌಂದರ್ಯವನ್ನು ಸವಿಯಬಹುದು. ಕೆ.ಎಲ್.ಟವರ್ ಪ್ರವೇಶದಲ್ಲಿ ಟಿಕೆಟ್ ಪಡೆದು, ಲಿಫ್ಟ್ ಹತ್ತಿ ಸೀದಾ ಮೇಲೆ ಹೋಗಿ ಕೆ.ಎಲ್. ಟವರ್ ನಿಂದ ಕೆ.ಎಲ್.ಸಿಟಿಯ ವೈಭವವನ್ನು ಕಣ್ತುಂಬಿಕೊಳ್ಳಿ. 400 ಮೀಟರ್ ಗೂ ಹೆಚ್ಚು ಎತ್ತರವಿರುವ ಈ ಟವರ್ ಮಲೇಷಿಯಾದ ಅದ್ಭುತಗಳಲ್ಲಿ ಒಂದು. ಮುನ್ನೂರು ಅಡಿ ಮೇಲಿನಿಂದ ನಿಂತು 360 ಡಿಗ್ರಿಯಲ್ಲಿ ಕೆ.ಎಲ್. ಸಿಟಿಯ ವೀಕ್ಷಣೆ ಮಾಡಬಹುದು. ದೂರದರ್ಶಕಗಳ ಸಹಾಯದಿಂದ ಅಲ್ಲಿಂದ ನಗರ ಸೌಂದರ್ಯದ ವೀಕ್ಷಣೆಯ ಅನುಭವವೇ ಒಂದು ರೋಮಾಂಚನ.ನೂರಾರು ಅಡಿಗಳ ಮೇಲೆ ಕುಳಿತು ಇಲ್ಲಿನ ರೆಸ್ಟೋರೆಂಟ್ ನಲ್ಲಿ ಮಧ್ಯಾಹ್ನದ ಊಟ ಮಾಡಿ. ಕೆ.ಎಲ್. ಟವರ್ ಅನ್ನು ಕೆಲವು ಗಂಟೆಗಳ ಕಾಲ ಸುತ್ತಾಡಿ, ಟ್ಯಾಕ್ಸಿ ಏರಿ, ಸನಿಹದಲ್ಲೇ ಇರುವ ವಿಶ್ವವಿಖ್ಯಾತ ಟ್ವಿನ್ ಟವರ್ ಕಡೆ ಹೊರಡಿ.

ಟ್ವಿನ್ ಟವರ್: ತಿರುಪತಿ ಹಾಗು ಸುತ್ತಮುತ್ತ ಅನೇಕ ಆಕರ್ಷಣೆಗಳಿವೆ. ಆದರೂ ಅಲ್ಲಿನ ಪ್ರಮುಖ ಆಕರ್ಷಣೆ ತಿರುಮಲ ದೇವಾಲಯ ಅಲ್ಲವೇ? ಹಾಗೆಯೇ ಮಲೇಷಿಯಾದಲ್ಲಿ ಅನೇಕ ಆಕರ್ಷಣೆಗಳಿದ್ದರೂ ಅವುಗಳನ್ನೆಲ್ಲ ಪಟ್ಟಿ ಮಾಡಿದರೆ ಪ್ರವಾಸಿಗರು ಅತಿ ಹೆಚ್ಚು ಇಷ್ಟಪಡುವ ಹಾಗು ಭೇಟಿ ನೀಡುವ ನಂ. 1 ಸ್ಥಾನ ಈ

ಟ್ವಿನ್ ಟವರ್ ಗೆ ಸಲ್ಲುತ್ತದೆ. ವಿಶ್ವದ ಎತ್ತರದ ಕಟ್ಟಡಗಳ ಪೈಕಿ ಒಂದು ಎಂಬ ಸ್ಥಾನ ಇಂದಿಗೂ ಈ ಕಟ್ಟಡಕ್ಕಿದೆ. ಸೀದಾ ಟ್ವಿನ್ ಟವರ್ ಪ್ರವೇಶದ್ವಾರದ ಬಳಿಗೆ ಬನ್ನಿ. ಟಿಕೆಟ್ ಪಡೆದು ಸೀದಾ ಒಳನಡೆದು, ಪ್ರವಾಸಿಗರನ್ನು ಟ್ವಿನ್ ಟವರ್ ವೀಕ್ಷಣೆಗೆಂದು ಹೊತ್ತೊಯ್ಯುವ ಲಿಫ್ಟ್ ಏರಿ ಕುಳಿತರಾಯಿತು. ಮುಂದಿನ ಕೆಲವು ಗಂಟೆಗಳ ಸಮಯ ನಿಮ್ಮನ್ನು ಅದು ಬೇರೊಂದು ಲೋಕಕ್ಕೇ ಕೊಂಡೊಯ್ದಿದೆಯೇನೋ ಎಂಬಂತಹ ಅನುಭವ ನಿಮ್ಮದಾಗಿರುತ್ತದೆ.

1999 ರಲ್ಲಿ ಲೋಕಾರ್ಪಣೆಗೊಂಡ ಮಲೇಷಿಯಾದ ಹೃದಯಭಾಗ ಕೆ.ಎಲ್.ಸಿ.ಸಿ. ಬಳಿಯ ಪೆಟ್ರೊನಾಸ್ ಟ್ವಿನ್ ಟವರ್ ವಿಶ್ವದ ಎತ್ತರದ ಟ್ವಿನ್ ಟವರ್ ಕಟ್ಟಡಗಳಲ್ಲಿ ಒಂದು. ಒಂದಲ್ಲ, ಎರಡಲ್ಲ, ಬರೋಬ್ಬರಿ ಎಂಭತ್ತೆಂಟು ಅಂತಸ್ತುಗಳ ಎತ್ತರದ ಈ ಗಗನಚುಂಬಿ ಕಟ್ಟಡದ ಮೇಲೆ ತಲುಪಿ, ಒಮ್ಮೆ ಕೆಳಗೆ ನೋಡಿದರೆ, ಇಡೀ ಪ್ರಪಂಚವೇ ನಿಮ್ಮ ಕಾಲ ಕೆಳಗೆ ಇರುವಂತಹ ಅನುಭವ ನಿಮ್ಮದಾಗುತ್ತದೆ. ಹತ್ತು ಜನರ ಒಂದು ತಂಡದಂತೆ ಒಳಗೆ ಹೋಗಲು ಅನುಮತಿ ಕೊಡುತ್ತಾರೆ. ನಿಮ್ಮನ್ನು ಹೊತ್ತ ಲಿಫ್ಟ್ ಸೀದಾ ನಿಮ್ಮನ್ನು ಎಂಭತ್ತಾರನೆಯ ಮಹಡಿಯಲ್ಲಿ ಇಳಿಸುತ್ತದೆ. ಅಬ್ಬಬ್ಬಾ ಎಂದರೆ ಹತ್ತು, ಇಪ್ಪತ್ತು ಮಹಡಿಯಿಂದ ನೀವು ಕೆಳಗೆ ನೋಡಿರಬಹುದು. ಎಂಭತ್ತಾರು ಅಂತಸ್ತಿನಲ್ಲಿ ನಿಂತು ಕೆಳಗೆ ನೋಡುವ ಅನುಭವವನ್ನು ಒಮ್ಮೆ ಊಹಿಸಿಕೊಂಡರೆ ಸಾಕು, ರೋಮಾಂಚನವಾಗುತ್ತದೆ. ಟ್ವಿನ್ ಟವರ್ ಮೇಲೆ ಹತ್ತಿ, ಅಲ್ಲಿನ ವೈಭವವನ್ನು ಸವಿದು, ಕೆಳಗೆ ಬರುವಷ್ಟರಲ್ಲಿ ಸಂಜೆಯಾಗಿರುತ್ತದೆ. ಸಂಜೆ ವಿಶೇಷ ಲೈಟ್ ಬೆಳಕಿನ ಅಲಂಕಾರದಲ್ಲಿ ಆಚೆ ನಿಂತು ಮತ್ತೆ ಇದರ ಸೌಂದರ್ಯವನ್ನು ಸವಿಯಬಹುದು. ಪಕ್ಕದಲ್ಲೇ ಇರುವ ಸೂರ್ಯ ಕೆ.ಎಲ್.ಸಿ.ಸಿ. ಶಾಪಿಂಗ್ ಮಾಲ್ ನಲ್ಲಿ ಸ್ವಲ್ಪ ಹೊತ್ತು ಸುತ್ತಾಡಿ. ಸುಂದರವಾದ ಮತ್ಸ್ಯಾಗಾರ ಕೂಡ ಕೆ.ಎಲ್.ಸಿ.ಸಿ.ಯಲ್ಲಿದೆ. 5000 ಕ್ಕೂ ಹೆಚ್ಚು ವಿಧದ ಬಣ್ಣಬಣ್ಣದ ಮೀನುಗಳನ್ನು ಒಂದೇ ಕಡೆ ನೋಡುವ ಅವಕಾಶವನ್ನು ಕಣ್ತುಂಬಿಕೊಳ್ಳಿ. ಇದನ್ನೆಲ್ಲಾ ನೋಡಿಯಾದ ಮೇಲೆ ಮತ್ತೆ ಟ್ಯಾಕ್ಸಿ ಏರಿ ಹೋಟೆಲ್ ಸೇರಿಕೊಳ್ಳಿ.

ಟಿಟಿವೆಂಗ್ಸ್ ಲೇಕ್ : ಬೆಂಗಳೂರಿಗೆ ಕಬ್ಬನ್ ಪಾರ್ಕ್ ಇದ್ದಂತೆ ಕೆ.ಎಲ್. ಗೆ ಟಿಟಿವಾಂಗ್ಸ್ ಲೇಕ್. ವಿಶಾಲವಾದ ಉದ್ಯಾನ, ನಯನಮನೋಹರ ನೀರಿನ ಕೊಳ, ಕಾರಂಜಿಗಳಿಂದ ತುಂಬಿರುವ ಈ ಲೇಕ್ ನಿಜವಾಗಿಯೂ ಒಂದು ಅದ್ಭುತ ಅನುಭವ ನೀಡಬಲ್ಲುದು.

ಕೆ.ಎಲ್.ಬರ್ಡ್ ಪಾರ್ಕ್: ಇಪ್ಪತ್ತು ಎಕರೆಗಳಷ್ಟು ವಿಶಾಲವಾದ ವಿಶ್ವದ ಅತಿ ದೊಡ್ಡ ಬರ್ಡ್ ಪಾರ್ಕ್ ಇದು. ನೂರಾರು ತಳಿಯ ಸಾವಿರಾರು ಬಗೆಯ ಪಕ್ಷಿಗಳ

ವೀಕ್ಷಣೆಗೆ ಇದು ಹೇಳಿಮಾಡಿಸಿದ ಜಾಗ. ಪೂರ್ತಿ ಬರ್ಡ್ ಪಾರ್ಕ್ ಅನ್ನು ಒಮ್ಮೆ ಸುತ್ತಾಡಬೇಕೆಂದರೆ ಪೂರ್ತಿ ಒಂದು ದಿನ ಹಿಡಿಯುತ್ತದೆ. ಅಷ್ಟು ದೊಡ್ಡ ಪಕ್ಷಿಧಾಮ ಇದು. ಮನುಷ್ಯರ ಭಯವಿಲ್ಲದೆ ಮೂರು ಸಾವಿರಕ್ಕೂ ಅಧಿಕ ಸಂಖ್ಯೆಯ ಪಕ್ಷಿಗಳು ಸ್ವತಂತ್ರವಾಗಿ ಹಾರಾಡುತ್ತಿರುವುದನ್ನು ನೋಡುವ ಅದೃಷ್ಟ ನಿಮ್ಮದಾಗಲಿದೆ.

ಶಾಪಿಂಗ್ : ಕೆ.ಎಲ್.ಸಿ.ಸಿ.ಸೂರ್ಯ, ಕೆ.ಎಲ್.ಸೆಂಟ್ರಲ್, ಚೈನಾ ಟೌನ್, ಬರ್ಜಯ ಟೈಮ್ ಸ್ಕ್ವೇರ್, ಮಿಡ್ ವ್ಯಾಲಿ ಮಾಲ್, ಸೇರಿದಂತೆ ಅನೇಕ ಶಾಪಿಂಗ್ ಮಾಲುಗಳು ತವರೂರು ಈ ಕೆ.ಎಲ್. ನಿಮ್ಮಿಷ್ಟದ ಶಾಪಿಂಗ್ ಮಾಡಲು ಇಂತಹ ಹತ್ತಾರು ಆಯ್ಕೆಗಳು ಕೆ.ಎಲ್.ನಗರದಲ್ಲಿದೆ. ಇವಿಷ್ಟೇ ಅಲ್ಲದೆ ಕೆ.ಎಲ್.ನಗರದಲ್ಲಿ ಇನ್ನೂ ಹತ್ತು ಹಲವು ಪ್ರೇಕ್ಷಣೀಯ ಸ್ಥಳಗಳು ಕೆ.ಎಲ್.ನಗರದಲ್ಲಿದೆ. ಕಡಿಮೆಯೆಂದರೂ ಎರಡರಿಂದ ಮೂರು ದಿನಗಳು ಕೆ.ಎಲ್. ನಗರ ವೀಕ್ಷಣೆಗೆ ಮುಡುಪಿಡಿ.

ಈ ಸಂಚಿಕೆಯೊಂದಿಗೆ ಮರ್ವಾಲಸ್ ಮಲೇಷಿಯಾ ಅಂಕಣವನ್ನು ಮುಗಿಸುವ ಹಂತಕ್ಕೆ ಬಂದಿದ್ದೇವೆ. ಈ ಅಂಕಣದಲ್ಲಿ ಹೇಳದೆ ಇರುವ ಇನ್ನೂ ಅದೆಷ್ಟೋ ಸುಂದರ ತಾಣಗಳು ಮಲೇಶಿಯಾದಲ್ಲಿವೆ. ಅಂದಹಾಗೆ ಮಲೇಷಿಯಾ ಹೇಳಿಕೇಳಿ ಪ್ರವಾಸಕ್ಕೆಂದೇ ಪ್ರಸಿದ್ಧವಾದ ದೇಶ. ಪ್ರವಾಸೋದ್ಯಮ ಈ ದೇಶದ ಆರ್ಥಿಕತೆಯಲ್ಲಿ ಟಾಪ್ ಐದರ ಒಳಗೆ ಬರುತ್ತದೆಯೆಂದರೆ ಊಹಿಸಿಕೊಳ್ಳಿ. ಪ್ರವಾಸೋದ್ಯಮ ಇಲ್ಲಿನ ಉದ್ಯಮಗಳಲ್ಲಿ ಒಂದಾಗಿರುವುದರಿಂದ ಪ್ರವಾಸಿಗರಿಗೆ ಬೇಕಾದ ಮಾಹಿತಿ ಒದಗಿಸುವುದರಲ್ಲಿ ಸಿದ್ಧಹಸ್ತರು. ಹೊರಗಿನವರು ಎಂದು ಒಂದಕ್ಕೆ ಎರಡು ರೇಟ್ ಹೇಳುವುದು, ಅನವಶ್ಯಕ ಟ್ಯಾಕ್ಸಿಯಲ್ಲಿ ಸುತ್ತಾಡಿಸುವುದು ಇವ್ಯಾವೂ ಇಲ್ಲಿನ ಜನರಿಗೆ ತಿಳಿಯದು. ಹಾಗಾಗಿ ಯಾವುದೇ ರೀತಿಯ ಏಜೇಂಟ್ ಬಳಿ ಹೋಗಿ ಪ್ರವಾಸದ ಪ್ಯಾಕೇಜ್ ಬುಕ್ ಮಾಡಿಸಿಕೊಂಡು ಬಂದರೆ ನಿಮಗೆ ಹಣ ವೇಸ್ಟ್ ಅಷ್ಟೇ ಹೊರತು ಯಾವುದೇ ಉಪಯೋಗವಿಲ್ಲ. ನೀವು ಏಜೇಂಟ್ ಗೆ ಕೊಡುವ ಹಣದಲ್ಲಿ ನೀವೇ ಇನ್ನೂ ಒಂದಷ್ಟು ಹೆಚ್ಚು ಸುತ್ತಾಡಬಹುದು, ಶಾಪಿಂಗ್ ಮಾಡಬಹುದು. ಅದರಲ್ಲೂ ನಿಮಗೆ ಅಲ್ಪ ಸ್ವಲ್ಪ ತಮಿಳು ಗೊತ್ತಿದ್ದರಂತೂ ಇನ್ನೂ ಸುಲಭ. ಇಲ್ಲಿನ ಟ್ಯಾಕ್ಸಿ ಡ್ರೈವರ್ ಹಾಗು ಸ್ಥಳೀಯರು ಒಂದೇ ಒಂದು ರೂಪಾಯಿ ಕೂಡ ಮೋಸಮಾಡದೆ ಸ್ಪಷ್ಟವಾದ ಮತ್ತು ನಿಖರವಾದ ಮಾಹಿತಿ ಕೊಡುವುದಂತೂ ಸತ್ಯ. ಹಾಗಾಗಿ ಮಲೇಷಿಯಾ ಪ್ರವಾಸ ಬರುವುದಾದರೆ ಯಾವುದೇ ಏಜೆನ್ಸಿಗಳ ಸಹಾಯವಿಲ್ಲದೆ ನೇರವಾಗಿ ವಿಮಾನವೇರಿ ಬನ್ನಿ. ಬಹುಶಃ ಸುಮಾರು ಹತ್ತರಿಂದ ಹದಿನ್ಯೆದು ದಿನಗಳು ಮಲೇಷಿಯಾ ಪ್ರವಾಸಕ್ಕೆ ಸಾಕಾಗಬಹುದೇನೋ. ಕೆ.ಎಲ್. ಗೆ ಎರಡು ದಿನಗಳು, ಪೆನಾಂಗ್, ಲಂಕಾವಿ

ಗಳಿಗೆ ತಲಾ ಮೂರುದಿನ, ಮೆಲಕ, ಕ್ಯಾಮೆರಾನ್, ಗೆಂಟಿಂಗ್, ಸೇರಿದಂತೆ ಇತರ ಸ್ಥಳಗಳಿಗೆ ತಲಾ ಒಂದು ಅಥವಾ ಎರಡು ದಿನಗಳು ಇರುವಂತೆ ಪ್ಲಾನ್ ಮಾಡಿಕೊಳ್ಳಿ. ಮಲೇಡಿಯಾ ಪ್ರವಾಸದ ಬಗ್ಗೆ ಯಾವುದೇ ರೀತಿಯ ಮಾಹಿತಿ ಬೇಕಿದ್ದಲ್ಲಿ ನನಗೆ ತಿಳಿಸಿ. ಕೈಲಾದಷ್ಟು ಮಾಹಿತಿಯನ್ನು ತಿಳಿಸಿಕೊಡುವ ಪ್ರಯತ್ನವನ್ನಂತೂ ಖಂಡಿತಾ ಮಾಡುವೆ.

- ನಿಮ್ಮವ

ಟಿಎನ್ನೆಸ್

mailme@suresharao.com